હું નાસ્તિક કેમ છું

હું નાસ્તિક કેમ છું

ભગતસિંહ

ડાયમંડ બુક્સ

www.diamondbooks.in

પ્રકાશક : ડાયમંડ પૉકેટ બુક્સ પ્રા. લિ.
X-30, ઓખલા ઇંડસ્ટ્રિયલ એરિયા, ફેઝ-II,
નવી દિલ્હી-110020
ફોન : 011- 40712200
ઈ-મેઈલ : wecare@giamondbooks.in
વેબસાઈટ : www.diamondbook.in
સંસ્કરણ : 2025
મુદ્રક : રેપરો (ઇન્ડિયા)

હું નાસ્તિક કેમ છું (Hu Nastik Kem Chhu)
Main Nastik Kyon Hoon (Gujrati)
By - Bhagat Singh

પરિચય

ભગતસિંહનો જન્મ ૨૮ સપ્ટેમ્બર, ૧૯૦૭એ પંજાબના લાયલપુર જિલ્લામાં બંગા ગામ (જે અત્યારે પાકિસ્તાનમાં છે) એક સિખ પરિવારમાં થયો હતો. ભગતસિંહના પિતાનું નામ સરદાર કિશનસિંહ અને માતાનું નામ સરદારની વિદ્યાવતી કૌર હતું. આ એક ખેડૂત પરિવારથી હતા, એમના પિતા અને એમના બે કાકા અજીતસિંહ તથા સ્વર્ણસિંહ પણ અંગ્રેજોની વિરુદ્ધ આઝાદીની લડાઈનો એક હિસ્સો હતા. જે સમયે ભગતસિંહનો જન્મ થયો, એ સમયે જ એમના પિતા તેમજ કાકાને જેલમાંથી છુટા કરવામાં આવ્યા હતા. ભગતસિંહની દાદીએ બાળકનું નામ ભાગાં વાલા (સારા ભાગ્યવાળો) રાખ્યું. પછી એમને ભગતસિંહ કહેવામાં આવવા લાગ્યા. અમૃતસરમાં ૧૩ એપ્રિલ, ૧૯૧૯એ થયેલા જલિયાંવાલા બાગ હત્યાકાંડે ભગતસિંહની વિચારધારા પર ઘેરી અસર કરી હતી. લાહોરની નેશનલ કૉલેજનો અભ્યાસ છોડીને ભગતસિંહે ભારતની આઝાદી માટે 'નૌજવાન ભારત સભા'ની સ્થાપના કરી હતી. જે એક મહાન ક્રાંતિકારી વારસો પુનર્જાગૃત કરવા અને આગળ વધારવાના સંકલ્પનું પ્રતીક છે. વર્ષ ૧૯૨૨માં ચૌરી-ચૌરા હત્યાકાંડ પછી ગાંધીજીએ જ્યારે ખેડૂતોનો સાથ ના આપ્યો, ત્યારે ભગતસિંહ ખૂબ નિરાશ થયા. એ પછી એમનો અહિંસા પરથી વિશ્વાસ ઉઠી ગયો અને તેઓ એ નિષ્કર્ષ પર પહોંચ્યા કે, સશસ્ત્ર ક્રાંતિ જ સ્વતંત્રતા અપાવવાનો એક માત્ર માર્ગ છે. એના પછી તેઓ ચંદ્રશેખર આઝાદના નેતૃત્વમાં ગઠિત 'ગદર દળ'નો હિસ્સો બની ગયા. કાકોરી કાંડમાં રામ પ્રસાદ 'બિસ્મિલ' સહિત ચાર ક્રાંતિકારીઓને ફાંસી તેમજ અન્ય સોળને કારાવાસની સજાઓથી ભગતસિંહ એટલા ઉદ્વિગ્ન થયા કે, ચંદ્રશેખર આઝાદની સાથે એમની પાર્ટી 'હિન્દુસ્તાન રિપબ્લિકન ઍસોસિએશન' સાથે જોડાઈ ગયા અને એને એક નવું નામ આપ્યું 'હિન્દુસ્તાન સોશલિસ્ટ રિપબ્લિકન ઍસોસિએશન'. આ સંગઠનનો ઉદ્દેશ્ય સેવા, ત્યાગ અને પીડા સહન કરી શકે તેવા નવયુવક તૈયાર કરવાનો હતો. એમના દળના મુખ્ય ક્રાંતિકારીઓમાં ચંદ્રશેખર આઝાદ, સુખદેવ, રાજગુરુ વગેરે હતા. ભગતસિંહ જો કે રક્તપાતના પક્ષધર ન હતા, પરંતુ તેઓ વામપંથી વિચારધારાને માનતા હતા તથા કાર્લ માર્ક્સના સિદ્ધાંતોથી એમનો સંબંધ હતો અને એ જ વિચારધારાને તેઓ આગળ વધારી રહ્યા હતા. જો કે, તેઓ સમાજવાદના પાક્કા પોષક પણ હતા. જેલમાં ભગતસિંહ લગભગ બે વર્ષ રહ્યા.

આ દરમિયાન તેઓ લખીને પોતાની ક્રાંતિકારી વિચારધારા વ્યક્ત કરતા રહેતા હતા. જેલમાં રહીને પણ એમનું અધ્યયન નિરંતર ચાલતું રહ્યું. એ દરમિયાન એમના લખેલા લેખ તેમજ સગા-સંબંધીઓને લખેલા પત્ર, આજે પણ એમના વિચારોનું દર્પણ છે. પોતાના લેખોમાં એમણે કેટલાય પ્રકારથી પૂંજીપતિઓને પોતાના શત્રુ બતાવ્યા છે. એમણે લખ્યું કે, મજૂરોનું શોષણ કરનારો ભલે એક ભારતીય જ કેમ ના હોય, તે એમનો શત્રુ છે. લાહોર સેન્ટ્રલ જેલમાં કેદ હતા એ દરમિયાન અંગ્રેજીમાં એક લેખ પણ લખ્યો, જેનું શીર્ષક હતું - 'હું નાસ્તિક કેમ છું?'

જેનું પ્રથમ પ્રકાશન લાહોરથી જ છપાતા અખબાર 'ધ પીપલ'માં ૨૭ સપ્ટેમ્બર, ૧૯૩૧એ પ્રકાશિત થયું. આ લેખ ભગતસિંહ દ્વારા લિખિત સાહિત્યના સર્વાધિક ચર્ચિત અને પ્રભાવશાળી ભાગોમાં ગણવામાં આવે છે અને પછી એનું કેટલીયવાર પ્રકાશન થયું. આ લેખના માધ્યમથી ભગતસિંહે તાર્કિક રૂપથી એ બતાવવાનો પ્રયાસ કર્યો કે, તેઓ કોઈ ઈશ્વરીય સત્તામાં કેમ વિશ્વાસ નથી કરતા. અંગ્રેજોના શ્રમિકો પ્રતિ અત્યાચારથી એમનો સતત વિરોધ રહ્યો. જેના ચાલતા મજૂર વિરોધી એવી નીતિઓને બ્રિટિશ સંસદમાં પારિત ન થવા દેવી, એમના દળનો નિર્ણય હતો. બધા ઈચ્છતા હતા કે, અંગ્રેજોને ખબર પડવી જોઈએ કે, હિન્દુસ્તાની જાગી ચુક્યા છે અને એમના હૃદયમાં એવી નીતિઓ પ્રતિ આક્રોશ છે. એવું કરવા માટે એમણે દિલ્લીની કેન્દ્રીય ઍસેમ્બલીમાં બૉમ્પ ફેંકવાની યોજના બનાવી હતી. જે પછી એમની ધરપકડ કરીને કેટલીય કલમો લગાવી ફાંસી આપી દેવામાં આવી અને આઝાદ ભારતનો ક્રાંતિકારી નૌજવાન શહીદ થઈ ગયો.

★

અનુક્રમ

ઘરને અલવિદાઃ પિતાજીના નામે પત્ર (૧૯૨૩)

સન્ ૧૯૨૩માં ભગતસિંહ, નેશનલ કૉલેજ લાહોરના વિદ્યાર્થી હતા. જન-જાગરણ માટે ડ્રામા-ક્લબમાં પણ ભાગ લેતા હતા. ક્રાંતિકારી અધ્યાપકો અને સાથીઓ સાથે સંબંધ જોડાઈ ગયો હતો. ભારતને આઝાદી કેવી રીતે મળે, એ વિશે લાંબું અધ્યયન અને ચર્ચાઓ જારી હતી. ઘરમાં દાદીજીએ પોતાના પૌત્રના લગ્નની વાત ચલાવી. એમની સામે પોતાનો તર્ક ના ચાલતા જોઈને પિતાજીના નામે આ પત્ર લખી દીધો અને કાનપુરમાં ગણેશ શંકર વિદ્યાર્થીની પાસે પહોંચીને 'પ્રતાપ'માં કામ શરૂ કરી દીધું. ત્યાં બી. કે. દત્ત, શિવ વર્મા, વિજયકુમાર સિન્હા જેવા ક્રાંતિકારી સાથીઓ સાથે મુલાકાત થઈ. એમનું કાનપુર પહોંચવું ક્રાંતિના રસ્તા પર એક મોટું પગલું બન્યું. પિતાજીના નામે લખવામાં આવેલો ભગતસિંહનો આ પત્ર, ઘર છોડવા સંબંધિત એમના વિચારોને સામે લાવે છે.

પૂજ્ય પિતાજી,

નમસ્તે.

મારી જિંદગી મકસદે આલા[1] એટલે આઝાદી-એ-હિન્દના અસૂલ[2] માટે વક્ફ[3] થઈ ચુકી છે. આથી મારી જિંદગીમાં આરામ અને દુનિયાવી ખ્વાહિશાત[4] બાયસે કશિશ[5] નથી.

---

૧. ઉચ્ચ ઉદ્દેશ્ય
૨. સિદ્ધાંત
૩. દાન
૪. સાંસારિક ઇચ્છાઓ
૫. આકર્ષક

તમને યાદ હશે કે, જ્યારે હું નાનો હતો, તો બાપૂજીએ મારા યજ્ઞોપવીતના સમયે ઘોષણા કરી હતી કે, મને ખિદમતે વતન[૬] માટે વક્ફ કરી દેવામાં આવ્યો છે. આથી હું એ સમયની પ્રતિજ્ઞા પૂરી કરી રહ્યો છું.

આશા છે, તમે મને માફ કરશો.

તમારો તાબેદાર,
ભગતસિંહ

---

૬. દેશ-સેવા

અછૂત સમસ્યા
(૧૯૨૩)

કાકીનાડામાં ૧૯૨૩માં કૉંગ્રેસ-અધિવેશન થયું. મુહમ્મદ અલી જિન્નાએ પોતાના અધ્યક્ષીય ભાષણમાં આજકાલની અનુસૂચિત જાતિઓને, જેમને એ દિવસોમાં 'અછૂત' કહેવામાં આવતા હતા, હિન્દુ અને મુસ્લિમ મિશનરી સંસ્થાઓમાં વહેંચી દેવાની સલાહ આપી. હિન્દુ અને મુસ્લિમ અમીર લોકો આ વર્ગભેદને પાક્કો કરવા માટે ધન આપવા તૈયાર હતા. આ પ્રકારે અછૂતોના આ 'દોસ્ત' ધર્મના નામ પર એમના ભાગ પાડવાના પ્રયાસો કરતા હતા. એ જ સમયે જ્યારે આ મુદ્દા પર ચર્ચાનું વાતાવરણ હતું, ભગતસિંહે 'અછૂતનો સવાલ' નામનો લેખ લખ્યો. આ લેખમાં શ્રમિક વર્ગની શક્તિ તેમજ સીમાઓનું અનુમાન લગાવીને, એની પ્રગતિ માટે નક્કર અભિપ્રાય આપવામાં આવ્યા છે. ભગતસિંહનો આ લેખ જૂન, ૧૯૨૮ના 'કિરતી'માં વિદ્રોહી નામથી પ્રકાશિત થયો હતો.

આપણા દેશ જેવી ખરાબ સ્થિતિ કોઈ બીજા દેશને ના જોવી પડે. અહીં અજબ-અજબ સવાલ ઊઠતાં રહે છે. એક મહત્વનો સવાલ અછૂત સમસ્યા છે. સમસ્યા એ છે કે, ૩૦ કરોડની જનસંખ્યાવાળા દેશમાં જે ૬ કરોડ લોકો અછૂત કહેવાય છે, એમના સ્પર્શ માત્રથી ધર્મ ભ્રષ્ટ થઈ જશે! મંદિરોમાં એમના પ્રવેશથી દેવગણ નારાજ થઈ ઊઠશે ! કુવામાંથી એમના દ્વારા પાણી કાઢવાથી કુવો અપવિત્ર થઈ જશે! આ સવાલ વીસમી સદીમાં કરવામાં આવી રહ્યો છે, જેને સાંભળતા જ શરમ આવે છે.

આપણો દેશ ખૂબ અધ્યાત્મવાદી છે,પરંતુ આપણે મનુષ્યને મનુષ્યનો દરજો આપતા પણ ખચકાઈએ છીએ, જ્યારે પૂર્ણરીતે ભૌતિકવાદી કહેવાતો યૂરોપ કેટલીય સદીઓથી ઇંકલાબનો અવાજ ઉઠાવી રહ્યું છે. એમણે અમેરિકા અને ફ્રાંસની ક્રાંતિઓ દરમિયાન જ સમાનતાની ઘોષણા કરી દીધી હતી. આજે રૂસે પણ દરેક પ્રકારનો ભેદભાવ સમાપ્ત કરીને ક્રાંતિ માટે કમર કસી છે. આપણે હંમેશાં જ આત્મા-પરમાત્માના અસ્તિત્વને લઈને ચિંતિત થવા તથા આ જોરદાર

વિવાદમાં ફસાયેલા છીએ કે, શું અછૂતને જનોઈ આપી દેવામાં આવશે? તેઓ વેદ-શાસ્ત્ર વાંચવાના અધિકારી છે કે નહીં? આપણે એ કહીએ છીએ કે, આપણી સાથે વિદેશોમાં સારું વર્તન નથી થતું. અંગ્રેજી શાસન આપણને અંગ્રેજોની સમાન નથી સમજતું, પરંતુ શું આપણને આ ફરિયાદ કરવાનો અધિકાર છે?

સિન્ધના એક મુસ્લિમ સજ્જન શ્રી નૂર મુહમ્મદે, જે બમ્બઈ કાઉન્સિલના સદસ્ય છે, આ વિષય પર ૧૯૨૬માં ખૂબ કહ્યું :-

"If the Hindu society refuses to allow other human beings, fellow creatures so that to attend public school, and if the president of local board representing so many lakhs of people in this house refuses to allow his fellows and brothers the elementary human right of having water to drink, what right have they to ask for more rights from the bureaucracy ? Before we accuse people coming from other lands, we should see how we ourselves behave toward our own people. How can we ask for greater political rights when we ourselves deny elementary rights of human beings."

તેઓ કહે છે કે, જ્યારે તમે એક માણસને પીવા માટે પાણી આપવાની ના કહો છો, જ્યારે તમે એમને સ્કૂલમાં ભણવા નથી દેતા, તો શું તમને અધિકાર છે કે, પોતાના માટે વધારે અધિકારોની માંગ કરો? જ્યારે તમે એક માણસને સમાન અધિકાર આપવાની પણ ના કહો છો, તો તમે વધારે રાજનીતિક અધિકાર માંગવાના અધિકારી કેવી રીતે બની ગયા?

વાત બિલકુલ સત્ય છે, પરંતુ કેમ કે આ એક મુસ્લિમે કહી છે આથી હિન્દુ કહેશે કે, જુઓ, તે એ અછૂતોને મુસલમાન બનાવીને પોતાનામાં સામેલ કરવા ઈચ્છે છે.

જ્યારે તમે એમને આ રીતે પશુઓથી પણ ગયા-ગુજરેલા સમજશો, તો તેઓ નિશ્ચય જ બીજા ધર્મોમાં સામેલ થઈ જશે, જેમાં એમને વધારે અધિકાર મળશે, જ્યાં એમની સાથે માણસો જેવો વ્યવહાર કરવામાં આવશે. પછી એ કહેવું કે જુઓ જી, ઈસાઈ અને મુસલમાન હિન્દુ કોમને નુકસાન પહોંચાડી રહ્યા છે, તે વ્યર્થ હશે.

કેટલું સ્પષ્ટ કથન છે, પરંતુ આ સાંભળીને બધા ક્રોધિત થઈ ઊઠે છે. ઠીક આ જ પ્રકારની ચિંતા હિન્દુઓને પણ થઈ. સનાતની પંડિત પણ કોઈને કોઈ મુદ્દા પર વિચારવા લાગ્યા. વચ્ચે-વચ્ચે મોટા 'યુગાંતરકારી' કહેવાતા લોકો પણ સામેલ થયા. પટનામાં હિન્દુ મહાસભાનું સંમેલન લાલા લાજપતરાય - જે અછૂતોના ખૂબ જૂના સમર્થક રહ્યા છે, એમની અધ્યક્ષતામાં થયું, તો જોરદાર વિવાદ છેડાયો. સારી એવી નોંક-ઝોંક થઈ. સમસ્યા એ હતી કે, અછૂતોને યજ્ઞોપવીત ધારણ

કરવાનો અધિકાર છે કે નહીં? તથા શું એમને વેદ-શાસ્ત્રોનું અધ્યયન કરવાનો અધિકાર છે? મોટા-મોટા સમાજ સુધારક ધ્રુજી ગયા, પરંતુ લાલાજીએ બધાને સહમત કરી દીધા તથા આ બે વાત સ્વીકૃત કરીને, હિન્દુ ધર્મની લાજ રાખી લીધી. નહીંતર જરા વિચારો, કેટલી શરમની વાત હોત. શ્વાન આપણા ખોળામાં બેસી શકે છે. આપણા રસોડામાં નિઃસંગ ફરે છે, પરંતુ એક માણસનો આપણને સ્પર્શ થઈ જાય, તો બસ ધર્મ ભ્રષ્ટ થઈ જાય છે. આ સમયે માલવીયજી જેવા મોટા સમાજ સુધારક, અછૂતોના મોટા પ્રેમી અને ન જાણે શું-શું પહેલા એક મેહતરના હાથોથી ગળામાં હાર નખાવી દે છે, પરંતુ કપડાઓ સહિત સ્નાન કર્યા વગર સ્વયંને અશુદ્ધ સમજે છે! શું ખૂબ આ ચાલ છે ! બધાને પ્રેમ કરતા ભગવાનની પૂજા કરવા માટે મંદિર બન્યું છે, પરંતુ ત્યાં અછૂત જઈ ઘુસ્યા, તો તે મંદિર અપવિત્ર થઈ જાય છે! ભગવાન નારાજ થઈ જાય છે! ઘરની જ્યારે આ સ્થિતિ હોય, તો બહાર આપણે બરાબરીના નામ પર ઝગડતા સારા લાગીએ છીએ? ત્યારે આપણા આ વર્તનમાં કૃતઘ્નતાની પણ હદ જોવા મળે છે. જે નિમ્નતમ કામ કરીને આપણા માટે સુવિધાઓને ઉપલબ્ધ કરાવે છે, એમને જ આપણે અવગણીએ છીએ. પશુઓની આપણે પૂજા કરી શકીએ છીએ, પરંતુ માણસને પાસે નથી બેસાડી શકતા!

આજે આ સવાલ પર ખૂબ બૂમો ઊઠી રહી છે. એ વિચારો પર ।જકાલ વિશેષ ધ્યાન આપવામાં આવી રહ્યું છે. દેશમાં મુક્તિ કામના જે રીતે વધી રહી છે, એમાં સામ્પ્રદાયિક ભાવનાએ બીજો કોઈ લાભ પહોંચાડ્યો હોય કે નહીં, પરંતુ એક લાભ જરૂર પહોંચાડ્યો છે. અધિક અધિકારોની માંગ માટે પોતપોતાની કોમોની સંખ્યા વધારવાની ચિંતા બધાને થઈ. મુસ્લિમોએ થોડો વધારે ભાર આપ્યો. એમણે અછૂતોને મુસલમાન બનાવીને પોતાના બરાબર અધિકાર આપવાના શરૂ કરી દીધા. એનાથી હિન્દુઓના અહમને ઠેસ પહોંચી. સ્પર્ધા વધી. દંગા પણ થયા. ધીમે-ધીમે સિખોએ પણ વિચાર્યું કે, આપણે પાછળ ના રહી જઈએ. એમણે પણ અમૃત છકાના આરંભ કરી દીધું. હિન્દુ-સિખોની વચ્ચે અછૂતોની જનેઈ ઉતારવા કે વાળ કપાવવાના સવાલો પર ઝગડા થયા. હવે ત્રણેય કોમ અછૂતોને પોતપોતાની તરફ ખેંચી રહી છે. એનો ખૂબ કોલાહલ છે. ત્યાં ઈસાઈ ચુપચાપ એમની સ્થિતિ વધારી રહ્યા છે. ચાલો, આ બધી હલચલથી જ દેશના દુર્ભાગ્યની શરમ દૂર થઈ રહી છે.

અહીં જ્યારે અછૂતોએ જોયું કે એમના કારણથી દંગા થઈ રહ્યા છે તથા એમને દરેક કોઈ પોતપોતાનો ખોરાક સમજી રહ્યાં છે, તો તેઓ અલગ જ કેમ ના સંગઠિત થઈ જાય? આ વિચારના અલમમાં અંગ્રેજી સરકારનો કોઈ હાથ હોય અથવા ના હોય, પરંતુ એટલું જરૂર છે કે, આ પ્રચારમાં સરકારી મશીનરીનો વધારે હાથ હતો. 'આદિ ધર્મ મંડળ' જેવા સંગઠન એ વિચારના પ્રચારનું પરિણામ છે.

હવે વધુ એક સવાલ ઊઠે છે કે, આ સમસ્યાનું સાચું નિદાન શું હોઈ શકે? એનો જવાબ ખૂબ મહત્વનો છે. સૌથી પહેલા એ નિર્ણય કરી લેવો જોઈએ કે, બધા માણસ સમાન છે તથા ના તો જન્મથી કોઈ ભિન્ન પેદા થયો અને ના કાર્ય-વિભાજનથી. અર્થાત્ કેમ કે એક માણસ ગરીબ મેહતરના ઘરે પેદા થઈ ગયો છે, આથી જીવનભર મેલ જ સાફ કરશે અને દુનિયામાં કોઈ પ્રકારના વિકાસનું કામ મેળવવાનો એને અધિકાર નથી, આ વાતો વ્યર્થ છે. આ રીતે આપણા પૂર્વજ આર્યોએ એમની સાથે એવો અન્યાયપૂર્ણ વ્યવહાર કર્યો તથા એમને નીચ કહીને ધુત્કારી દાધા તેમજ નિમ્નકોટિના કાર્ય કરાવવા લાગ્યા. સાથે જ એ પણ ચિંતા થઈ કે, ક્યાંક આ લોકો વિદ્રોહ ના કરી દે, ત્યારે પુનર્જન્મના દર્શનનો પ્રચાર કરી દીધો કે, આ તમારા પૂર્વ જન્મના પાપોનું ફળ છે. હવે શું થઈ શકે છે? ચુપચાપ દિવસો પસાર કરો! આ રીતે એમને ધૈર્યનો ઉપદેશ આપીને એ લોકો એમને લાંબા સમય સુધી શાંત કરાવી ગયા, પરંતુ એમણે મોટું પાપ કર્યું. માનવની ભીતરની માનવીયતાને સમાપ્ત કરી દીધી. આત્મવિશ્વાસ તેમજ સ્વાવલંબનની ભાવનાઓને સમાપ્ત કરી દીધી. ખૂબ દમન અને અન્યાય કરવામાં આવ્યો. આજે એ બધાના પ્રાયશ્ચિતનો સમય છે.

એની સાથે બીજી એક ગરબડી થઈ ગઈ. લોકોના મનોમાં જરૂરી કાર્યો પ્રતિ ઘૃણા પેદા થઈ ગઈ. આપણે વણકરને પણ ધુત્કાર્યો. આજે કપડા સીવવાવાળાને પણ અછૂત સમજવામાં આવે છે. યૂ.પી.ની જેમ કહારને પણ અછૂત સમજવામાં આવે છે. એનાથી મોટી ગરબડી પેદા થઈ. એવામાં વિકાસની પ્રક્રિયામાં અડચણો પેદા થઈ રહી છે.

આ મુદ્દાઓને પોતાની સમક્ષ રાખીને આપણને જોઈએ કે, આપણ ના એમને અછૂત કહીએ અને ના સમજીએ. બસ, સમસ્યા હલ થઈ જાય છે. નૌજવાન ભારત સભા તથા નૌજવાન કૉંગ્રેસે જે ઢંગ અપનાવ્યો છે તે ખૂબ સરસ છે. જેમને આજ સુધી અછૂત કહેવામાં આવતા રહ્યા એમનાથી પોતાના આ પાપો માટે ક્ષમાયાચના કરવી જોઈએ તથા એમને પોતાના જેવા માણસ સમજવા, અમૃત છકાયા વગર, કલમા પઢાવ્યા વગર કે શુદ્ધિ કર્યા વગર એમને પોતાનામાં સામેલ કરીને એમના હાથથી પાણી પીવું, એ જ ઉચિત રીત છે અને આપસમાં ખેંચતાણ કરવી અને વ્યવહારમાં કોઈપણ અધિકાર ન આપવો, કોઈ ઠીક વાત નથી.

જ્યારે ગામોમાં મજૂર-પ્રચાર શરૂ થયો, એ સમયે ખેડૂતોને સરકારી માણસ એ વાત સમજાવીને ભડકાવતા હતા કે જુઓ, આ ભંગી-ચમારોને માથા પર ચઢાવી રહ્યા છે અને તમારું કામ બંધ કરાવશે. બસ ખેડૂતો એટલામાં જ ભઢકી ગયા. એમને યાદ રહેવું જોઈએ કે, એમની સ્થિતિ ત્યાં સુધી નથી સુધરી શકતી, જ્યાં સુધી તેઓ આ ગરીબોને નીચ કહીને પોતાની જૂતીની નીચે દબાવીને રાખવા

ઇચ્છે છે. હંમેશાં કહેવામાં આવે છે કે, તેઓ સાફ નથી રહેતા. એનો ઉત્તર સાફ છે- તે ગરીબ છે. ગરીબીનો ઇલાજ કરો. ઊંચા-ઊંચા કુળોના ગરીબ લોકો પણ કોઈ ઓછા ગંદા નથી રહેતા. ગંદા કામ કરવાનું બહાનું પણ નથી ચાલી શકતું, કેમ કે માતાઓ બાળકોની ગંદકી સાફ કરવાથી મેહતર કે અછૂત તો નથી થઈ જતી.

પરંતુ આ કામ એટલા સમય સુધી નથી થઈ શકતું, જેટલા સમય સુધી કે, અછૂત કોમો ખુદને સંગઠિત ના કરી લે. આપણે તો સમજીએ છીએ કે, એમના બરાબર અધિકારોની માંગ કરવી ખૂબ આશાજનક સંકેત છે. અથવા તો સામ્પ્રદાયિક ભેદની ઝંઝટ જ સમાપ્ત કરો, નહીં તો એમના અધિકાર એમને આપી દો. કાઉન્સિલો અને ઍસેમ્બ્લીઓનું કર્તવ્ય છે કે, તેઓ સ્કૂલ-કૉલેજ, કુવા તથા રસ્તાના ઉપયોગની પૂરી સ્વતંત્રતા એમને અપાવે. મૌખિક જ નહીં, પરંતુ સાથે લઈ જઈને એમને કુવાઓ પર ચઢાવો. એમના બાળકોને સ્કૂલોમાં પ્રવેશ અપાવો, પરંતુ જે લેજિસ્લેટિવમાં બાળલગ્નની વિરુદ્ધ રજૂ કરેલા બિલ તથા ધર્મના નામે હાય-તોબા મચી જાય છે, ત્યાં તેઓ અછૂતોને પોતાની સાથે સામેલ કરવાનું સાહસ કેવી રીતે કરી શકે છે?

આથી અમે માનીએ છીએ કે, એમના પોતાના જન-પ્રતિનિધિ હોય. તેઓ પોતાના માટે અધિક અધિકાર માંગે. અમે તો સ્પષ્ટ કહીએ છીએ કે ઊઠો, અછૂત કહેવાતા અસલી જનસેવકો તથા ભાઈઓ! ઊઠો! પોતાનો ઇતિહાસ જુઓ. ગુરુ ગોવિંદસિંહની ફૌજની અસલી શક્તિ તમે જ હતા! શિવાજી તમારા ભરોસે જ બધું કરી શક્યા, જે કારણે એમનું નામ આજે પણ જીવિત છે. તમારા બલિદાનો સ્વર્ણાક્ષરોમાં લખેલા છે. તમે જે નિપ્રતિ સેવા કરીને જનતાના સુખોમાં વૃદ્ધિ કરીને અને જિંદગી સારી બનાવીને આ મોટો ભારે અહેસાન કરી રહ્યા છો, એને આપણે લોકો નથી સમજતા. લેન્ડ-ઍલિયેનેયન ઍક્ટ અનુસાર તમે ધન એકત્ર કરીને પણ જમીન નથી ખરીદી શકતા. તમારા પર એટલો અત્યાચાર થઈ રહ્યો છે કે, મિસ મેયો મનુષ્યોથી પણ કહે છે- ઊઠો, પોતાની શક્તિને ઓળખો. સંગઠનબદ્ધ થઈ જાઓ. અસલમાં સ્વયં કોશિશ કર્યા વગર કશું પણ નથી મળતું. (Those who would be free must themselves strike the blow.)

સ્વતંત્રતા માટે સ્વાધીનતા ઇચ્છનારાઓએ યત્ન કરવો જોઈએ. માણસની ધીમે-ધીમે કંઈક એવી આદતો થઈ ગઈ છે કે, તે પોતાના માટે તો અધિક અધિકાર ઇચ્છે છે, પરંતુ જે એમના નીચે કામ કરે છે, એમને તેઓ પોતાના ચપ્પલ નીચે જ દબાવી રાખવા ઇચ્છે છે. કહેવત છે- 'લાતોના ભૂત વાતોથી નથી માનતા.' અર્થાત્ સંગઠનબદ્ધ થઈ પોતાના પગો પર ઊભા થઈને પૂરા સમાજને પડકાર આપી દો. ત્યારે જોજો, કોઈપણ તમને તમારા અધિકાર આપવાથી મનાઈ કરવાની હિંમત નહીં કરી શકે. તમે બીજાઓનો ખોરાક ના બનો. બીજાઓના

મોઢા તરફ ન જુઓ, પરંતુ ધ્યાન રહે, નોકરશાહીના ઝાંસામાં ના ફસાતા. આ તમારી કોઈ સહાયતા નથી કરવા ઇચ્છતી, બલ્કે તમને પોતાના મોહરા બનાવવા ઇચ્છે છે. આ મૂડીવાદી નોકરશાહી તમારી ગુલામીનું અસલી કારણ છે. આથી તમે એની સાથે ક્યારેય ના મળતા. એની ચાલોથી બચજો. ત્યારે બધું જ ઠીક થઈ જશે. તમે અસલી સર્વહારા છો...સંગઠનબદ્ધ થઈ જાઓ. તમારું કોઈ નુકસાન નહીં થાય. બસ ગુલામીની સાંકળો કપાઈ જશે. ઊઠો, અને વર્તમાન વ્યવસ્થાની વિરુદ્ધ મોરચો ઊભો કરી દો. ધીમે-ધીમે થવાવાળા સુધારાઓથી કશું નહીં થઈ શકે. સામાજિક આંદોલનથી ક્રાંતિ પેદા કરી દો તથા રાજનીતિક અને આર્થિક ક્રાંતિ માટે કમર કસી લો. તમે જ તો દેશના મુખ્ય આધાર છો, વાસ્તવિક શક્તિ છો. સુઈ રહેલા સિંહો! ઊઠો અને બગાવત ઊભી કરી દો.

★

યુવક !
(મે, ૧૯૨૫)

'યુવક!' શીર્ષકથી નીચે આપવામાં આવેલો ભગતસિંહનો આ લેખ 'સાપ્તાહિક મતવાલા' (વર્ષ ૨, અંક સં. ૩૬, ૧૬ મે, ૧૯૨૫)માં બલવન્તસિંહના નામતી છપાયો હતો. આ લેખની ચર્ચા 'મતવાલા'ના સંપાદકીય કર્મ સાથે જોડાયેલા આચાર્ય શિવપૂજન સહાયની ડાયરીમાં પણ મળે છે. લેખથી પહેલા અહીં 'આલોચના'માં પ્રકાશિત ડાયરીના એ અંશને પણ ઉદ્ધૃત કરવામાં આવી રહ્યા છે.

સંધ્યા સમયે સમ્મેલન ભવનના રંગમંચ પર દેશભક્તની સ્મૃતિ સભા થઈ... ભગતસિંહે 'મતવાલા' (કલકત્તા)માં એક લેખ લખ્યો હતોઃ જિસકો (જેને). સુધારી-નિખારીને મેં છાપ્યો હતો અને એને પુસ્તક ભંડાર દ્વારા પ્રકાશિત 'યુવક સાહિત્ય'માં સંગ્રહિત પણ મેં જ કર્યો હતો. આ લેખ બલવન્તસિંહના નામથી લખ્યો હતો. ક્રાંતિકારી લેખ બહુધા ગુમનામ લખતા હતા. આ રહસ્ય કોઈને ખબર નથી. તે લેખ યુવક-વિષયક હતો. તે લાહોરથી એમણે મોકલ્યો હતો. અસલી નામની જગ્યાએ 'બલવન્તસિંહ' જ છાપવાનું લખ્યું હતું.

(આચાર્ય શિવપૂજન સહાયની ડાયરીના અઁશ, ૨૩ માર્ચ, પૃષ્ઠ ૨૮, આલોચના-૬૭ / વર્ષ ૩૨ / ઑક્ટોબર-ડિસેમ્બર, ૧૯૮૩.)

યુવાવસ્થા માનવજીવનનો વસંત કાળ છે. એને પ્રાપ્ત કરીને મનુષ્ય મતવાલો થઈ જાય છે. હજારો બોટલનો નશો છવાઈ જાય છે. વિધાતાની આપેલી બધી શક્તિઓ સહસ્ર ધારા થઈને ફૂટી પડે છે. મદાંધ માતંગની જેમ નિરંકુશ, વર્ષાકાલીન શોણભદ્રની જેમ દુર્ધષ, પ્રલયકાલીન પ્રબળ પ્રભંજનની જેમ પ્રચંડ, નવાગત વસંતની પ્રથમ મલ્લિકા કલિકાની જેમ કોમળ, જ્વાળામુખીની જેમ ઉચ્છૃંખલ અને ભૈરવી-સંગીતની જેમ મધુર યુવાવસ્થા છે. ઉજ્જવલ પ્રભાતની શોભા, સ્નિગ્ધ સંધ્યાની છટા, શરચ્ચન્દ્રિકાની માધુરી, ગ્રીષ્મ-મધ્યાહ્નનો ઉત્તાપ અને ભાદ્રપદી અમાસની અર્દ્ધરાત્રિની ભીષણતા યુવાવસ્થામાં નિહિત છે. જેમ ક્રાંતિકારીના ખિસ્સામાં બોમ્બગોળા, ષડ્યંત્રીની અસટીમાં ભરાયેલો તમંચો, રણ-

રસ-રસિક વીરના હાથમાં ખડગ, તેવી જ રીતે મનુષ્યના દેહમાં યુવાવસ્થા. ૧૬થી ૨૫ વર્ષ સુધી હાડ-ચામની સંદૂકમાં સંસારભરના હાહાકારોને સમેટીને વિધાતા બંધ કરી દે છે. દસ વર્ષ સુધી આ ઝાંઝરી નૈયા મજધાર તોફાનમાં ડગમગાતી રહે છે. યુવાવસ્થાને જોવામાં તો શસ્યશ્યામલા વસુન્ધરાથી પણ સુંદર છે, પણ એની અંદર ભૂકંપ સમાન ભયંકરતા ભરેલી છે. આથી યુવાવસ્થા મનુષ્ય માટે માત્ર બે જ માર્ગ છે- તે ચઢી શકે ઉન્નતિના સર્વોચ્ચ શિખર પર, તે પડી શકે છે અધઃપાતના અંધારી ખાઈમાં. ઈચ્છે તો ત્યાગી થઈ શકે છે યુવક, ઈચ્છે તો વિલાસી બની શકે છે યુવક. તે દેવતા બની શકે છે, તો પિશાચ પણ બની શકે છે. એ જ સંસારને ત્રસ્ત કરી શકે છે, એ જ સંસારને અભયદાન આપી શકે છે. સંસારમાં યુવકનું જ સામ્રાજ્ય છે. યુવકના કીર્તિમાનથી સંસારનો ઈતિહાસ ભરેલો પડ્યો છે. યુવક જ રણચંડીના લલાટની રેખા છે. યુવક સ્વદેશની યશ-દુન્દુભિનો તુમુલ નિનાદ છે. યુવક જ સ્વદેશની વિજય-વૈજયંતીનો સુદઢ દણ્ડ છે. તે મહાભારતના ભીષ્મપર્વની પ્રથમ લલકારની સમાન વિકરાળ છે, પ્રથમ મિલનના સ્ફીત ચુંબીનની જેમ સરસ છે, રાવણના અહંકારની જેમ નિર્ભીક છે, પ્રહલાતના સત્યાગ્રહની જેમ દઢ અને અટલ છે. જો કોઈ વિશાળ હૃદયની જરૂર હોય તો, યુવકોના હૃદય ટટોળો. જો કોઈ આત્મત્યાગી વીરની માંગ હોય, તો યુવકો પાસેથી માંગો. રસિકતા એમનામાં જ પડી છે. ભાવુકતા પર એનો જ સિક્કો છે. તે છન્દશાસ્ત્રથી અનભિજ્ઞ થવા પર પણ પ્રતિભાશાળી કવિ છે. કવિ પણ એના જ હૃદયારવિન્દનો મધુપ છે. તે રસોની પરિભાષા નથી જાણતો, પણ તે કવિતાનો સાચ્ચો મર્મજ્ઞ છે. સૃષ્ટિની એક વિષમ સમસ્યા છે યુવક. ઈશ્વરીય રચના-કૌશલનો એક ઉત્કૃષ્ટ નમૂનો છે યુવક. સંધ્યા સમયે તે નદીના તટ પર કલાકો બેઠો રહે છે. ક્ષિતિજની તરફ વધતા જતા રક્ત-રશ્મિ સૂર્યદેવને આકૃષ્ટ નેત્રોથી જોતો રહી જાય છે. એ પારથી આવતી સંગીત-સહરીના મંદ પ્રવાહમાં તલ્લીન થઈ જાય છે. વિચિત્ર છે એનું જીવન. અદ્ભુત છે એનું સાહસ. અમોઘ છે એનો ઉત્સાહ.

તે નિશ્ચિત છે, અસાવધાન છે. લગન લાગી ગઈ છે, તો રાતભર જાગવું એના ડાબા હાથનો ખેલ છે, જેઠની બેપ્રહરી ચૈતની ચાંદની છે, સાવન-ભાદરવાની ઝડી મંગલોત્સવની પુષ્પવૃષ્ટિ છે, સ્મશાનની નિસ્તબ્ધતા, ઉદ્યાનનું વિહંગ-કલ કૂજન છે. તે ઈચછા કરે તો સમાજ અને જાતિને ઉબુદ્ધ કરી દે, દેશની લાલી રાખી લે, રાષ્ટ્રનું મુખોજ્જવલ કરી દે, મોટા-મોટા સામ્રાજ્ય પલટી નાંખે. પતિતોના ઉત્થાન અને સંસારના ઉદ્ધારક સૂત્ર એના જ હાથમાં છે. તે આ વિશાળ વિશ્વ રંગસ્થળનો સિદ્ધહસ્ત ખેલાડી છે.

જો રક્તની ભેટ જોઈએ, તો યુવક સિવાય કોણ આપશે? જો તમે બલિદાન ઈચ્છો છો, તો તમારે યુવકની તરફ જોવું પડશે. પ્રત્યેક જાતિના ભાગ્યવિધાતા

યુવક જ તો હોય છે. એક પાશ્ચાત્ય પંડિતે ઠીક જ કહ્યું :-

It is an established truism that youngmen of today are the countrymen of tomorrow holding in their hands the high destinies of the land. They are the seeds that spring and bear fruit.

ભાવાર્થ એ છે કે, આજના યુવક જ કાલના દેશના ભાગ્યનિર્માતા છે. તેઓ જ ભવિષ્યની સફળતાના બીજ છે.

સંસારના ઇતિહાસોના પાના ખોલીને જોઈ લો, યુવકના રક્તથી લખેલા અમર સંદેશ ભરેલા પડ્યા છે. સંસારની ક્રાંતિઓ અને પરિવર્તનોના વર્ણને જોઈ લો, એમનામાં માત્ર એવા યુવક જ મળશે, જેમને બુદ્ધિશાળીઓએ 'પાગલ છોકરાં' અથવા 'પથભ્રષ્ટ' કહ્યા છે. પણ જે સિડી છે, તે શું ખાખ સમજશે કે, સ્વદેશાભિમાનથી ઉન્મત્ત થઈને પોતાની લોથોથી કિલ્લાની ખાઈઓને પાટ આપનારા જાપીની યુવક કઈ ફૌલાદના ટુકડા હતા. સાચ્ચા યુવક તો ઝીઝક વગર મૃત્યુનું આલિંગન કરે છે, ચૌખી સંગીનોની સામે છાતી ખોલીને ભીડાઈ જાય છે, તોપના મુખ પર બેસીને પણ હસતા જ રહે છે, બેડીઓની ઝણકાર પર રાષ્ટ્રીય ગાન ગાય છે અને ફાંસીના તખ્તા પર અટ્ટહાસપૂર્વક આરુઢ થઈ જાય છે. ફાંસીના દિવસે યુવકનું જ વજન વધે છે, જેલની ચક્કી પર યુવક જ ઉદ્બોધન મંત્ર ગાય છે, કાલકોઠરીના અંધકારમાં ધંસાઈને જ તે સ્વદેશને અંધકારમાંથી બહાર કાઢે છે. અમેરિકાના યુવક દળના નેતા પેટ્રિક હેનરીએ પોતાની ઓજસ્વિની વક્તૃતામાં એકવાર કહ્યું હતું :-

Life is a dearer outside the prisonwalls, but it is immeasurably dearer within the prison-cells, where it is the price paid for the freedom's fight.

અર્થાત્ જેલની દીવાલોથી બહારની જિંદગી ખૂબ મોંઘી છે, પણ જેલની કાલકોઠરીઓની જિંદગી એનાથી પણ વધારે મોંઘી છે કેમ કે, ત્યાં આ સ્વતંત્રતા-સંગ્રામના મૂલ્ય રૂપમાં ચુકવવામાં આવે છે.

જ્યારે આવા સજીવ નેતા છે, ત્યારે જ તો અમેરિકાના યુવકોમાં એ જ્વલન્ત ઘોષણા કરવાનું સાહસ પણ છે કે, "We believe that when a Government becomes a destructive of the natural right of man, it is the man's duty to destroy that Government." અર્થાત્ અમેરિકાના યુવક વિશ્વાસ કરે છે કે, જન્મસિદ્ધ અધિકારોને પદ-દલિત કરતી સત્તાનો વિનાશ કરવો મનુષ્યનું કર્તવ્ય છે.

એ ભારતીય યુવક! તું કેમ ગફલતની નિદ્રામાં પડ્યો બેખબર સુઈ રહ્યો છે. ઊઠ, આંખો ખોલ, જો, પ્રાચી-દિશાનું લલાટ સિન્દૂર-રંજિત થઈ ઉઠ્યું. હવે વધારે ના સુઈ રહીશ. સુઈ જ રહેવું હોય તો અનંત નિદ્રાના ખોળામાં જઈને સુઈ

જા. કાપુરુષતાના ખોળામાં કેમ સુઈ રહ્યો છે? માયા-મોહ-મમતાનો ત્યાગ કરીને ગરજી ઊઠ :-

"Farewell Farewell My true Love
The army is on move;
And if I stayed with you Love,
A coward I shall prove."

તારી માતા, તારી પ્રાતઃસ્મરણીયા, તારી પરમ વન્દનીયા, તારી જગદમ્બા, તારી અન્નપૂર્ણા, તારી ત્રિશૂળધારિણી, તારી સિંહવાહિની, તારી શસ્યશ્યામલાંચલા આજે ફૂટી-ફૂટીને રોઈ રહી છે. શું એની વિકળતા તને સહેજ પણ ચંચળ નથી કરતી? ધિક્કાર છે તારી નિર્જીવતા પર! તારા પિતર પણ નતમસ્તક છે આ નપંસુકત્વ પર! જો હજુ પણ તારા કોઈ અંગમાં કોઈ શરમ બાકી હોય, તો ઊઠીને માતાના દૂધની લાજ રાખ, એના ઉદ્ધારનું બીડું ઉઠાવ, એના આંસુઓની એક-એક બૂંદની સોગંદ લે, એનો બેડો પાર કરી અને બોલ મુક્ત કંઠથી - 'વંદેમાતરમ્.'

★

નૌજવાન ભારત સભા, લાહોરનો ઘોષણાપત્ર

(એપ્રિલ, ૧૯૨૮)

શહીદ ભગતસિંહ અને ભગવતીચરણ વોહરાએ નૌજવાનો અને વિદ્યાર્થીઓને સંગઠિત કરવાના પ્રયાસ ૧૯૨૬થી જ શરૂ કરી દીધઆ હતા. અમૃતસરમાં ૧૧, ૧૨, ૧૩ એપ્રિલ, ૧૯૨૮એ થયેલા નૌજવાન ભારત સભા સંમેલન માટે સભાનું ઘોષણાપત્ર તૈયાર કરવામાં આવ્યું, જેને નીચે આપવામાં આવી રહ્યું છે. ભગતસિંહ આ સભાના મહાસચિવ અને ભગવતીચરણવોહરા પ્રચાર સચિવ બન્યા.

નૌજવાન સાથીઓ,

આપણો દેશ એક અવ્યવસ્થાની સ્થિતિમાંથી પસાર થઈ રહ્યો છે. ચારે તરફ એક-બીજા પ્રતિ અવિશ્વાસ અને હતાશાનું સામ્રાજ્ય છે. દેશના મોટા નેતાઓએ પોતાના આદર્શ પ્રતિ આસ્થા ગુમાવી દીધી છે અને એમાંથી મોટાભાગનાઓને જનતાનો વિશ્વાસ પ્રાપ્ત નથી. ભારતની આઝાદીના પેરોકારોની પાસે કોઈ કાર્યક્રમ નથી અને એમનામાં ઉત્સાહનો અભાવ છે. ચારે તરફ અરાજકતા છે, પરંતુ કોઈ રાષ્ટ્રના નિર્માણની પ્રક્રિયામાં અરાજકતા એક અનિવાર્ય તથા જરૂરી દોર છે. આવી જ નાજુક સ્થિતિઓમાં કાર્યકર્તાઓની પ્રામાણિકતાની પરખ થાય છે, એમના ચરિત્રનું નિર્માણ થાય છે, વાસ્તવિક કાર્યક્રમ બને છે અને ત્યારે નવા ઉત્સાહ, નવી આશાઓ, નવા વિશ્વાસ અને નવા જોશો-ખરોશની સાથે કામ આરંભ થાય છે. આથી એમાં મન ઓછું કરવાની કોઈ વાત નથી.

આપણે ખુદને એક નવા યુગના દ્વાર પર ઊભેલાં જોઈને ખૂબ ભાગ્યશાળી છીએ. અંગ્રેજ નોકરશાહીના મોટા પાયા પર ગુણગાન કરવાવાળા ગીત હવે સંભળતા નથી. અંગ્રેજનો આપણાથી એક ઐતિહાસિક પ્રશ્ન છે કે, ''તમે તલવારથી પ્રશાસિત થશો કે કલમથી?'' હવે એવું નથી રહ્યું કે, એનો ઉત્તર ન આપવામાં આવતો હોય. લૉર્ડ બર્કેનહેડના શબ્દોમાં, ''અમે ભારતને તલવારના સહારે જીત્યું અને તલવારના બળથી જ અમે એને પોતાના હાથમાં રાખીશું.'' આ ખરાપણાએ હવે બધુ જ સ્પષ્ટ કરી દીધું. જલિયાંવાલા અને માનાવાલાના અત્યાચારોને યાદ કર્યા પછી ઉદ્ધૃત કરવા કે, ''સારી સરકાર સ્વશાસનનું સ્થાન નથી લઈ શકતી, એ અત્યંત વાહિયાત

જ કહેવાશે.'' એ વાત તો સ્પષ્ટ થઈ જાય છે.

ભારતમાં અંગ્રેજી શાસને આપેલી સુખ-સંપદાઓ વિશે પણ બે શબ્દ સાંભળી લો. ભારતના ઉદ્યોગ-ધંધાઓના પતન અને વિનાશ વિશે સાક્ષી તરીકે શું રમેશચન્દ્ર દત્ત, વિલિયમ ડિગબી અને દાદા ભાઈ નૌરોજીના બધા ગ્રંથોને ઉદ્દ્ધુત કરવાની જરૂર હશે? શું આ વાતને સાબિત કરવા માટે કોઈ પ્રમાણ એકઠા કરવા પડશે કે, પોતાની ઉપજાઉ ભૂમિ તથા ખાણો છતાં આજે ભારત સૌથી ગરીબ દેશોમાંથી એક છે, કે ભારત જે પોતાની મહાન સભ્યતા પર ગર્વ કરી શકતો હતો, આજે ખૂબ પછાત દેશ છે, જ્યાં સાક્ષરતાનો ગુણોત્તર માત્ર પાંચ ટકા છે? શું લોકો એ નથી જાણતા કે, ભારતમાં સૌથી વધારે લોકો મરે છે અને અહીં બાળકોના મોતના ગુણોત્તર દુનિયામાં સૌથી ઊંચો છે? પ્લેગ, કમળો ઈન્ફલુએન્જા તથા આ પ્રકારની અન્ય મહામારીઓ દિન-પ્રતિદિનની વ્યાધિઓ બનતી જઈ રહી છે. શું વારંવાર એ સાંભળવું કે આપણે સ્વશાસનના યોગ્ય નથી, એક અપમાનજનક વાત નથી? શું આ અપમાનની વાત નથી કે, ગુરુ ગોવિન્દસિંહ, શિવાજી અને હીરાસિંગ જેવા શૂરવીરો બાદ પણ આપણને કહેવામાં આવે કે, આપણામાં પોતાની રક્ષા કરવાની ક્ષમતા નથી? દુઃખ છે કે, આપણે પોતાના વાણિજય અને વ્યવસાયને એની શૈશવાસ્થામાં જ કચડી જતાં નથી જોયા. જ્યારે બાબા ગુરુદત્ત સિંહે ૧૯૧૪માં ગુરુ નાનક સ્ટીમશિપ શરૂ કરવાનો પ્રયાસ કર્યો હતો તો દૂર કેનેડામાં અને ભારત આવતા સમયે એમની સાથે અમાનવીય વ્યવહાર કરવામાં આવ્યો અને અંતમાં બજ-બજના બન્દરગાહ પર એ સાહસી મુસાફરોનું ગોળીઓથી ખૂની સ્વાગત કરવામાં આવ્યું. બીજું પણ શું ના કરવામાં આવ્યું? શું આપણે એ બધુ નથી જોયું? એ ભારતમાં જ્યાં દ્રૌપદીના સન્માનની રક્ષામાં મહાભારત જેવું મહાયુદ્ધ લડવામાં આવ્યું હતું, ત્યાં ૧૯૧૯માં ડઝનો દ્રૌપદીઓને બેઆબરુ કરવામાં આવી, એમના ઉઘાડા ચહેરાઓ પર થૂંકવામાં આવ્યું. શું આપણે એ બધું નથી જોયું? તેમ ઝતાં આપણે વર્તમાન વ્યવસ્થાથી સંતુષ્ટ છીએ. શું આ જીવવા યોગ્ય જિંદગી છે?

શું આપણને એ મહેસૂસ કરાવવા માટે કે, આપણે ગુલામ છીએ અને આપણે આઝાદ થવું જોઈએ, કોઈ દેવી જ્ઞાન કે આકાશવાણીની આવશ્યકતા છે? શું આપણે અવસરની પ્રતીક્ષા કરીશું કે કોઈ અજ્ઞાતની પ્રતીક્ષા કરીશું, જે આપણને મહેસૂસ કરાવે કે, આપણે દલિત લોકો છીએ? શું આપણે રાહ જોતા રહીશું કે, કોઈ દેવી સહાયતા આવી જાય અથવા પછી કોઈ જાદૂ થઈ જાય કે, આપણે આઝાદ થઈ જઈએ? શું આપણે આઝાદીના પાયાના સિદ્ધાંતોથી અજાણ છીએ? ''જેમને આઝાદ થવું છે તેમણે સ્વયં વાર કરવો પડશે.'' નૌજવાનો જાગો, ઊઠો, આપણે ખૂબ જ સુઈ ચુક્યા છીએ!

અમે માત્ર નૌજવાનોથી જ અપીલ કરી છે, કેમ કે નૌજવાન બહાદુર હોય

છે, ઉદાર તેમજ ભાવુક હોય છે, કેમ કે નૌજવાન ભીષણ અમાનવીય યંત્રણાઓને હસતાં-હસતાં સહન કરી લે છે અને કોઈ પ્રકારની હિચકિચાહટ વગર મોતનો સામનો કરે છે, કેમ કે સુધાર હંમેશાં નૌજવાનોની શક્તિ, સાહસ, આત્મબલિદાન અને ભાવાત્મક વિશ્વાસના બળ પર જ પ્રાપ્ત થયા છેઃ 'આવા નૌજવાન જે ભયથી પરિચિત નથી અને જે વિચારવાના બદલે દિલથી ક્યાંય વધારે મહેસૂસ કરે છે.'

શું એ જાપાનના નૌજવાન ન હતા, જેમણે પોર્ટ આર્થર સુધી પહોંચવા માટે સૂકો રસ્તો બનાવવાના ઉદ્દેશ્યથી પોતાને સેંકડોની સંખ્યામાં ખાઈઓમાં ઝોંકી દીધા હતા? અને જાપાન આજે વિશ્વના સૌથી આગળ વધેલા દેશોમાંથી એક છે. શું એ પોલેન્ડના નૌજવાન ન હતા, જેમણે પાછલી પૂરી શતાબ્દીભર વારંવાર સંઘર્ષ કર્યા, પરાજિત થયા અને પછી બહાદુરીની સાથે લડ્યા? અને આજે એક આઝાદ પોલેન્ડ આપણી સામે છે. ઇટાલીને ઑસ્ટ્રિયાના જુગારથી કોણે આઝાદ કર્યું હતું? તરુણ ઇટલીએ!

યુવા તુર્કોએ જે કમાલ બતાવ્યો, શું તમે એને જાણો છો? ચીનના નૌજવાન જે કરી રહ્યા છે એને શું તમે રોજ સમાચાર-પત્રોમાં નથી વાંચતા? શું એ રૂસના નૌજવાન ન હતા, જેમણે રૂસીઓના ઉદ્ધાર માટે પોતાના જીવના બલિદાન આપી દીધા હતા? પાછલી શતાબ્દીભર સતત સમાજવાદી પરચીઓ વહેંચવાના અપરાધમાં સેંકડો-હજારોની સંખ્યામાં એમને સાઈબેરિયામાં જલાવતન કરવામાં આવ્યા હતા, દોસ્તોયેવ્સ્કી જેવા લોકોને માત્ર આથી જેલોમાં બંધ કરવામાં આવ્યા કે, તેઓ સમાજવાદી ડિબેટિંગ સોસાયટીના સદસ્ય હતા. વારંવાર એમણે દમનના તોફાનનો સામનો કર્યો, પરંતુ એમણે સાહસ ના ગુમાવ્યું. તેઓ સંઘર્ષરત નૌજવાન હતા અને બધી જગ્યાએ નૌજવાન જ નિડર થઈને કોઈ હિચકિચાહટ વગર અને લાંબી આશાઓ બાંધ્યા વગર લડી શકે છે. અને આજે આપણે મહાન રૂસમાં વિશ્વના મુક્તિદાતાના દર્શન કરી શકીએ છીએ.

જ્યારે આપણે ભારતવાસી, આપણે શું કરી રહ્યા છીએ? પીપળની એક ડાળ તૂટતાં જ હિન્દુઓની ધાર્મિક ભાવના ચોટિલ થઈ ઊઠે છે ! બુતોના તોડવાવાળા મુસલમાનોના દાજિયા નામના કાગળના બુતનો ખૂણો ફાટતાં જ અલ્લાહનો પ્રકોપ જાગી ઊઠે છે અને પછી તે 'નાપાક' હિન્દુઓના ખૂનથી ઓછી કોઈ વસ્તુથી સંતુષ્ટ નથી થતા! મનુષ્યને પશુઓથી અધિક મહત્વ આપવામાં આવવું જોઈએ, પરંતુ અહીં ભારતમાં લોકો પવિત્ર પશુના નામ પર એક-બીજાના માથા ફોડે છે.

આપણી વચ્ચે અન્ય પણ ઘણા બધા લોકો છે, જે પોતાના આળસીપણાને આંતરરાષ્ટ્રીયવાદની નિરર્થક બકવાસની પાછળ છુપાવે છે. જ્યારે એમનાથી પોતાના દેશની સેવા કરવાનું કહેવામાં આવે છે, તો તેઓ કહે છે, ''શ્રીમાનજી! અમે લોકો જગત-બંધુ છીએ અને સાર્વભૌમિક ભાઈચારામાં વિશ્વાસ કરીએ

છીએ. આપણે અંગ્રેજો સાથે ના ઝગડવું જોઈએ. તેઓ આપણા ભાઈ છે.'' શું ખૂબ વિચાર છે, શું સુંદર શબ્દાવલી છે! પરંતુ એ લોકો એના ઉલઝાવને નથી પકડી શકતા. સાર્વભૌમિક ભાઈચારાના સિદ્ધાંતની માંગ છે કે, મનુષ્ય દ્વારા મનુષ્યનો અને રાષ્ટ્ર દ્વારા રાષ્ટ્રનું શોષણ અસંભવ બનાવી દેવામાં આવે, બધાને કોઈ ભેદભાવ વગર સમાન અવસર પ્રદાન કરવામાં આવે. ભારતમાં બ્રિટિશ શાસન એ વાતોનું ઠીક ઉલટું છે અને આપણે એનાથી કોઈ પ્રકારની લેવાદેવા નહીં રાખીશું.

હવે બે શબ્દ સમાજ-સેવા વિશે. ઘણાં બધા પ્રામાણિક માણસ વિચારે છે કે, સમાજ-સેવા (એ સંકુચિત અર્થોમાં જેમનનામાં આપણાં દેશમાં આ શબ્દનો પ્રયોગ કરવામાં આવે છે અને સમજવામાં આવે છે) આપણી બધી બીમારીઓનો ઈલાજ છે અને દેશસેવા સૌથી સારી રીત છે. આ પ્રકારે આપણે જોઈએ છીએ કે, ઘણાં બધા પ્રામાણિક નૌજવાન આખી જિંદગી ગરીબોમાં અનાજ વહેંચીને કે બીમારોની સેવા કરીને જ સંતુષ્ટ થઈ જાય છે. આ સારા અને આત્મત્યાગી લોકો છે, પરંતુ તેઓ એ સમજવામાં અસમર્થ છે કે, ભારતમાં ભૂખ અને બીમારીની સમસ્યાને ખેરાત (અહેસાન-ભીખ)ના માધ્યમથી હલ નથી કરી શકાતી.

ધાર્મિક અંધવિશ્વાસ અને કટ્ટરપણું આપણી પ્રગતિમાં ખૂબ મોટું બાધક છે. તે આપણા રસ્તાની અડચણો સાબિત થયા છે અને આપણે એમનાથી દરેક હાલતમાં છુટકારો મેળવી લેવો જોઈએ. ''જે વસ્તુ આઝાદ વિચારોને સહન નથી કરી શકતી તેણે સમાપ્ત થઈ જવું જોઈએ.'' એ જ પ્રકારની બીજી પણ ઘણી બધી નબળાઈઓ છે, જેના પર આપણે વિજય મેળવવાનો છે. હિન્દુઓનું કટ્ટરપણું, મુસલમાનોની ધર્માન્તધા તથા બીજા દેશો પ્રતિ લગાવ અને સામાન્ય રીતે બધા સંપ્રદાયોના લોકોનો સંકુચિત દષ્ટિકોણ વગેરે વાતોનો વિદેશી શત્રુ હંમેશાં લાભ ઉઠાવે છે. આ કામ માટે બધા સમુદાયોના ક્રાતિકારી ઉત્સાહવાળા નૌજવાનોની જરૂર છે.

આપણે કશું પ્રાપ્ત નથી કર્યું અને આપણે કોઈ પણ ઉપલબ્ધિ માટે કશું પણ ત્યાગ કરવા માટે તૈયાર નથી. સંભાવિત ઉપલબ્ધિમાં કોઈ સંપ્રદાયનો શું હિસ્સો હશે, એ નક્કી કરવામાં આપણા નેતા આપસમાં ઝગડી રહ્યા છે. માત્ર પોતાની કાયરતાને અને આત્મઘાગની ભાવનાના અભાવને છુપાવવા માટે તેઓ અસલી સમસ્યા પર પરદો નાખીને નકલી સમસ્યાઓ ઊભી કરી રહ્યા છે. આ આરામ ફરમાવતા રાજનીતિજ્ઞ હાડકાઓના એ મુઠ્ઠીભર ટુકડાઓ પર આંખો તાકીને બેઠા છે, જેમને, જેનો વિશ્વાસ છે, સશક્ત શાસકગણ એમની સામે ફેંકી શકે છે. આ ઘણી જ અપમાનજનક વાત છે. જે લોકો આઝાદીની લડાઈમાં આગળ ચાલીને આવે છે, તેઓ બેસીને એ નક્કી નથી કરી શકતા કે આટલા ત્યાગ પછી એમની સફળતા હશે અને એમાં એમનો એટલો હિસ્સો સુનિશ્ચિત રહેવો જોઈએ.

આ પ્રકારના લોકો ક્યારેય પણ કોઈ પ્રકારનો ત્યાગ નથી કરતા. આપણને એવા લોકોની જરૂર છે, જે આશાઓ વગર, નિર્ભય થઈને અને કોઈ પ્રકારની ખચકાટ વગર લડવા માટે તૈયાર હોય અને સન્માન વગર, આંસુ વહાવનારાઓ વગર, પ્રશસ્તિગાન વગર મૃત્યુનું આલિંગન કરવા માટે તૈયાર હોય. આ પ્રકારના ઉત્સાહના અભાવમાં આપણે બે મોર્ચાવાળા એ મહાન યુદ્ધને નહીં લડી શકીએ, જેને આપણે લડવાનું છે આ યુદ્ધ બે મોર્ચાવાળાનું છે, કેમ કે આપણને એક તરફ આંતરિક શત્રુથી લડવાનું છે અને બીજી તરફ બાહ્ય દુશ્મનથી. આપણી અસલી લડાઈ સ્વયં પોતાની અયોગ્યતાઓની વિરુદ્ધ છે. આપણો શત્રુ અને કેટલાક આપણા પોતાના લોકો અંગત સ્વાર્થ માટે એમનો ફાયદો ઉઠાવે છે. પંજાબના નૌજવાનો, બીજા પ્રાંતોના યુવક પોતાના ક્ષેત્રોમાં તનતોડ પરિશ્રમ કરી રહ્યાં છે. બંગાળના નૌજવાનોએ ૩ ફેબ્રુઆરીએ જે જાગૃતિ તથા સંગઠન-ક્ષમતાનો પરિચય આપ્યો એનાથી આપણે પાઠ લેવો જોઈએ. પોતાના તમામ બલિદાનો છતાં આપણા પંજાબને રાજનીતિક રીતે પછાત થયેલો પ્રાન્ત કહેવામાં આવે છે, કેમ? કેમ કે લડાકૂ કોમ હોવા છતાં આપણે સંગઠિત અને અનુશાસિત નથી. આપણને તક્ષશિલા વિશ્વવિદ્યાલય પર ગર્વ છે, પરંતુ આજે આપણી પાસે સંસ્કૃતિનો અભાવ છે અને સંસ્કૃતિ માટે ઉચ્ચકોટિનું સાહિત્ય જોઈએ, જેની સંરચના સુવિકસિત ભાષાના અભાવમાં નથી થઈ શકતી. દુઃખની વાત એ છે કે, આજે આપણી પાસે એમાંથી કશું પણ નથી.

દેશની સામે ઉપસ્થિત ઉશ્રોક્ત પ્રશ્નોનું સમાધાન શોધવાની સાથે-સાથે આપણે પોતાની જનતાને આવનારા મહાન સંઘર્ષ માટે તૈયાર કરવી પડશે. આપણી રાજનીતિક લડાઈ ૧૮૫૭ના સ્વતંત્રતા સંગ્રામના ઠીક પછીથી જ આરંભ થઈ ગઈ હતી. તે કેટલાય સમયોમાંથી પસાર થઈ ચુકી છે. વીસમી સદીના આરંભથી અંગ્રેજ નોકરશાહે ભારત પ્રતિ એક નવી નીતિ અપનાવી છે. તે આપણા દેશના પૂંજીપતિ તથા નિમ્નપૂંજીપતિ વર્ગને સગવડો આપીને એમને પોતાની તરફ મિલાવી રહ્યા છે. બંનેનું હિત એક થઈ રહ્યું છે. ભારતમાં બ્રિટિશ પૂંજીના અધિકાધિક પ્રવેશનું અનિવાર્યતઃ એ જ પરિણામ થશે. નજીકના ભવિષ્યમાં ખબ જલ્દી આપણે એ વર્ગને તથા એના નેતાઓને વિદેશી શાસકોની સાથે જતા જોઈશું. કોઈ ગોળમેજ કૉન્ફરન્સ કે એ પ્રકારની કોઈ અન્ય સંસ્થા દ્વારા બંનેની વચ્ચે સમાધાન થઈ જસે. ત્યારે એમનામાં સિંહ અને શિયાળના બાળકનો સંબંધ નહીં રહી જાય. સમસ્ત ભારતીય જનતાના આવનારા મહાન સંઘર્ષના ભયથી આઝાદીના એ તથાકથિત પેરોકારોની કતારોની દૂરી વગર કોઈ સમાધાન વગર પણ ઓછ થઈ જશે.

દેશને તૈયાર કરવાના ભાવિ કાર્યક્રમનો શુભારંભ આ આદર્શ વાક્યથી થશે - ''ક્રાન્તિ જનતા દ્વારા, જનતાના હિતમાં'' બીજા શબ્દોમાં, ૯૮ ટકા માટે સ્વરાજ્ય. સ્વરાજ્ય, જનતા દ્વારા પ્રાપ્ત જ નહીં, બલ્કે જનતા માટે પણ. આ

એક ખૂબ કઠિન કામ છે. જો કે આપણા નેતાઓએ ઘણાં બધા અભિપ્રાય આપ્યા છે, પરંતુ જનતાને જગાવવા માટે કોઈ યોજના રજૂ કરીને એના પર અમલ કરવાનું કોઈએ પણ સાહસ નથી કર્યું. વિસ્તારમાં ગયા વગર આપણે એ દાવાથી કહી શકીએ છીએ કે, પોતાના ઉદ્દેશ્યની પૂર્તિ માટે રૂસી નવયુવકોની જેમ આપણા હજારો મેધાવી નૌજવાનોને પોતાનું બહુમૂલ્ય જીવન ગામોમાં વીતાવવું પડશે. એમને સમજાવવા પડશે કે, આવનારી ક્રાંતિનો અર્થ માત્ર માલિકોની તબ્દીલી નહીં હોય. એનો અર્થ હશે નવી વ્યવસ્થાનો જન્મ - એક નવી રાજસત્તા. આ એક દિવસ કે એક વર્ષનું કામ નથી. કેટલાય દશકોનું અદ્વિતીય આત્મબલિદાન જ જનતાને એ મહાન કાર્ય માટે તત્પર કરી શકશે અને આ કાર્યને માત્ર ક્રાંતિકારી યુવક જ પૂરું કરી શકશે. ક્રાંતિકારીથી અર્થ માત્ર એક બૉમ્બ અને પિસ્તોલવાળા માણસથી અભિપ્રાય નથી.

યુવકોની સામે જે કામ છે, તે ખૂબ મુશ્કેલ છે અને એમના સાધન ખૂબ ઓછા છે. એમના માર્ગમાં ઘણી બધી બાધાઓ પણ આવી શકે છે, પરંતુ થોડા પણ નિષ્ઠાવાન વ્યક્તિઓની લગન એમના પર વિજય મેળવી શકે છે. યુવકોએ આગળ આવવું જોઈએ. એમની સામે જે કઠિન બાધાઓથી ભરેલો માર્ગ છે અને એમને જે મહાન કાર્ય સંપન્ન કરવાનું છે, એને સમજવું પડશે. એમણે પોતાના દિલમાં એ વાત રાખી લેવી જોઈએ કે, ''સફળતા માત્ર એક સંયોગ છે, જ્યારે બલિદાન એક નિયમ છે.'' એમના જીવન અનવરત અસફળતાઓનું જીવન હોઈ શકે છે - ગુરુ ગોવિન્દસિંહને આજીવન જે નારકીય પરિસ્થિતિઓનો સામનો કરવો પડ્યો હતો, બની શકે છે એનાથી પણ વધારે નારકીય પરિસ્થિતિઓનો સામનો કરવો પડે. તેમ છતાં એમને એ કહીને કે અરે, આ બધું તો ભ્રમ હતું, પશ્ચાતાપ નહીં કરવો પડે.

નૌજવાન મિત્રો, આટલી મોટી લડાઈમાં ખુદને એકલા જોઈને હતાશ ના થતાં. પોતાની શક્તિને ઓળખો. ખુદ પર ભરોસો કરો. સફળતા તમારી છે. ધનહીન, નિઃસહાય તેમજ સાધનહીન અવસ્થામાં ભાગ્ય અજમાવવા માટે પોતાના પુત્રને ઘરથી બહાર મોકલતા સમયે જેમ્સ ગેરીબાલ્ડીની મહાન જનનીએ એને જે શબ્દ કહ્યા હતા (એને) યાદ રાખો. એણે કહ્યું, ''દસમાંથી નવ વખત એક નૌજવાનની સાથે જે સારી ઘટના થઈ શકે છે તે એ છે કે, એને જહાજની છત પરથી સમુદ્રમાં ફેંકી દેવામાં આવે, જેથી તે તરીને કે ડૂબીને સ્વયં પોતાનો રસ્તો નક્કી કરે.'' પ્રણામ છે એ માતાને, જેણે આ શબ્દ કહ્યા અને પ્રણામ છે એ લોકોને, જે આ શબ્દો પર અમલ કરશે.

ઈતાલવી પુનરુત્થાનના પ્રસિદ્ધ વિદ્વાવન મેજિનીએ એકવાર કહ્યું હતું, ''બધા બિનમહાન રાષ્ટ્રીય આંદોલનોનો શુભારંભ જનતાના અવિખ્યાત કે અજાણ્યા, પ્રભાવશાળી વ્યક્તિઓથી થાય છે, જેમની પાસે સમય અને બાધાઓની પરવાહ

ન કરવાવાળા વિશ્વાસ તથા ઈચ્છાશક્તિ સિવાય બીજું કશું નથી હોતું.'' જીવનની નાવને લંગર ઉઠાવવા દો. એને સાગરની લહેરો પર તરવા દો અને પછી-

લંગર રોકાયેલા છીછરા પાણીમાં પડે છે.
વિસ્તૃત અને આશ્ચર્યજનક સાગર પર વિશ્વાસ કરો
જ્યાં જ્વાર દરેક સમયે તાજો રહે છે
અને શક્તિશાળી ધારાઓ સ્વતંત્ર હોય છે
ત્યાં અનાયાસ, એ નૌજવાન કોલમ્બસ
સત્યનું તારું નવું વિશ્વ હોઈ શકે છે.

હિચકાશો નહીં, અવતારના સિદ્ધાંતને લઈને પોતાના દિમાગને પરેશાન ના કરો અને એને તમે હતોત્સાહિત ના થવા દો. દરેક વ્યક્તિ મહાન થઈ શકે છે, બસ શરત એટલી કે તે પ્રયાસ કરે. પોતાના શહીદોને ના ભૂલો. કરતારસિંહ એક નૌજવાન હતો, તેમ છતાં વીસ વર્ષથી ઓછી આયુમાં જ દેશની સેવા માટે આગળ વધીને હસતાં-હસતાં વન્દેમાતરમ્‌ના નારાની સાથે તે ફાંસીના તખ્તા પર ગયો. ભાઈ બાલમુકુન્દ અને અવધબિહારી બંનેએ જ જ્યારે ધ્યેય માટે જીવન આપ્યું તો તે નૌજવાન હતા. તે તમારામાંથી જ હતા. તમારે પણ એવા જ પ્રામાણિક, દેશભક્ત અને એવા જ દિલથી આઝાદીને પ્રેમ કરવાવાળા બનવાનો પ્રયાસ કરવો જોઈએ, જેમ કે તે લોકો હતા. ધૈર્ય અને જોશ ના ગુમાવો, સાહસ અને આશા ના છોડો. સ્થિરતા અને દૃઢતાને સ્વભાવના રૂપમાં અપનાવો.

નૌજવાનોને જોઈએ કે તે સ્વતંત્રતાપૂર્વક, ગંભીરતાથી, શાંતિ અને ધૈર્યની સાથે વિચારે. એમને જોઈએ કે, તેઓ ભારતીય સ્વતંત્રતાના આદર્શને પોતાના જીવનના એકમાત્ર લક્ષ્યના રૂપમાં અપનાવે. તેમણે પોતાના પગો પર ઊભા થવું જોઈએ. તેમણે ખુદને બાહ્ય પ્રભાવોથી દૂર રાખીને સંગઠિત થવું જોઈએ. તેમને જોઈએ કે, દગાબાજ તથા અપ્રામાણિક લોકોના હાથોમાં ના રમે, જેમની સાથે એમની કોઈ સમાનતા નથી અને જે દરેક નાજુક તક પર આદર્શનો પરિત્યાગ કરી દે છે. એમને જોઈએ કે સંજીદગી અને પ્રામાણિકતાની સાથે ''સેવા, ત્યાગ, બલિદાન''ને અનુકરણીય વાક્યના રૂપમાં પોતાના માર્ગદર્શક બનાવે. યાદ રાખો કે, ''રાષ્ટ્રનિર્માણ માટે હજારો અજ્ઞાત સ્ત્રી-પુરુષોના બલિદાનની જરૂર હોય છે, જે પોતાના આરામ તેમજ હિતોની તુલનામાં, તથા પોતાના તેમજ પોતાના પ્રિયજનોના પ્રાણોની તુલનામાં દેશની વધારે ચિંતા કરે છે.'' ૬-૪-૧૯૨૮

વન્દેમાતરમ્‌ !

(ભગવતીચરણ વોહરા બી.એ., પ્રચારમંત્રી, નૌજવાન ભારત સભા દ્વારા અરોડ઼ વંશ પ્રેસ, લાહોરથી મુદ્રિત તેમજ પ્રકાશિત.)

★

ધર્મ અને આપણો સ્વતંત્રતા સંગ્રામ
(મે, ૧૯૨૮)

મે, ૧૯૨૮એ 'કિરતી'માં આ લેખ છપાયો, જેમાં ભગતસિંહે ધર્મની સમસ્યા પર પ્રકાશ નાખ્યો છે.

અમૃતસરમાં ૧૧-૧૨-૧૩ એપ્રિલે રાજનીતિક કૉન્ફરન્સ થઈ અને સાથે જ યુવકોની પણ કૉન્ફરન્સ થઈ. બે-ત્રણ સવાલો પર એમાં મોટો ઝગડો અને વિવાદ થયા. એમાંથી એક સવાલ ધર્મનો પણ હતો. આમ તો, ધર્મનો પ્રશ્ન કોઈ ના ઉઠાવતું, પરંતુ સામ્પ્રદાયિક સંગઠનોની વિરુદ્ધ પ્રસ્તાવ રજૂ થયો અને ધર્મની આડ લઈને એ સંગઠનોનો પક્ષ લેવાવાળાઓએ ખુદને બચાવવા ઈચ્છ્યા. આમ તો આ પ્રશ્ન વધારે સમય સુધી દબાયેલો રહેતો, પરંતુ આ રીતે સામે આવી જવાથી સ્પષ્ટ વાતચીત થઈ ગઈ અને ધર્મની સમસ્યાને હલ કરવનો પ્રશ્ન પમ ઉઠ્યો. પ્રાંતીય કૉન્ફરન્સની વિષય સમિતિમાં પણ મૌલાના જફર અલી સાહેબેના પાંચ-સાતવાર ખુદા-ખુદા કરવા પર અધ્યક્ષ પંડિત જવાહરલાલે કહ્યું કે,- ''આ મંચ પર આવીને ખુદા-ખુદા ના કહો. તમે ધર્મના મિશનરી છો તો હું ધર્મહીનતાનો પ્રચારક છું.'' પછી લાહોરમાં પણ આ જ વિષય પર નૌજવાન સભાએ એક મીટિંગ કરી. કેટલાય ભાષણ થયા અને ધર્મના નામનો લાભ ઉઠાવનારાઓ અને એ સવાલ ઊઠી જવા પર ઝગડો થઈ જવાથી ડરી જનારા કેટલાય સજ્જનોની જેમ પ્રામાણિક સલાહો આપી.

સૌથી જરૂરી વાત, જે વારંવાર કહેવામાં આવી અને જેના પર શ્રીમાન ભાઈ અમરસિંહજી ઝબાલે વિશેષ ભાર આપ્યો, તે એ હતી કે, ધર્મના સવાલને છેડવામાં જ ન આવે. ખૂબ પ્રામાણિક સલાહ છે. જો કોઈનો ધર્મ બહારના લોકોની સુખ-શાંતિમાં કોઈ વિઘ્ન નાખતો હોય, તો કોઈને પણ એની વિરુદ્ધ અવાજ ઉઠાવવવાની જરૂર પડી શકે છે? પરંતુ સવાલ તો એ છે કે, અત્યાર સુધીનો અનુભવ શું બતાવે છે? પાછલા આંદોલનમાં પણ ધર્મનો આ જ સવા ઊઠ્યો અને બધાને પૂરી આઝાદી આપવામાં આવી. ત્યાં સુધી કે કૉંગ્રેસના મંચથી પણ આયતો અને મંત્ર બોલવામાં આવવા લાગ્યા. એ દિવસોમાં ધર્મમાં પાછળ રહેનારો કોઈપણ માણસને સારો નહોતો સમજવામાં આતો. ફળસ્વરૂપ સંકીર્ણતા વધવા લાગી. જે દુષ્પરિણામ

થયું, તે કોનાથી છુપાયેલું છે? હવે રાષ્ટ્રવાદી કે સ્વતંત્રતા પ્રેમી લોકો ધર્મની અસલિયત સમજી ગયા છે અને એ જ એને પોતાના રસ્તાની અડચણ સમજે છે.

વાત એ છે કે, શું ધર્મ ઘરમાં રાખીને પણ, લોકોના દિલોમાં ભેદભાવ નથી વધતો? શું એની દેશને પૂર્ણ સ્વતંત્રતા પ્રાપ્ત કરવા સુધી પહોંચવામાં કોઈ અસર નથી પડતી? આ સમયે પૂર્ણ સ્વતંત્રતાના ઉપાસક સજ્જન ધર્મને દિમાગી ગુલામીનું નામ આપે છે. તે એ પણ કહે છે કે, બાળકથી એ કહેવું કે- ઈશ્વર જ સર્વશક્તિમાન છે, મનુષ્ય કશું પણ નથી, માટીનું પૂતળું છે- બાળકોને હંમેશાં માટે કમજોર બનાવવા સમાન છે. એના દિલની તાકાત અને એના આત્મવિશ્વાસની ભાવનાને જ નષ્ટ કરી દેવા સમાન છે, પરંતુ આ વાત પર વિવાદ ન પણ કરીએ અને સીધા પોતાની સામે રાખેલા બે પ્રશ્નો પર જ વિચાર કરીએ તો આપણને નજરે આવે છે કે, ધર્મ આપણા રસ્તામાં એક અડચણ છે. અમે ઈચ્છીએ છીએ કે, બધા લોકો એક સમાન હોય. એમનામાં પૂંજીપતિઓનું ઊંચ-નીચનું છૂત-અછૂતનું કોઈ વિભાજન ના રહે, પરંતુ સનાતન ધર્મ આ ભેદભાવના પક્ષમાં છે. વીસમી સદીમાં પણ પંડિત, મૌલવીજી જેવા લોકો ભંગીના છોકરાના હાર પહેરાવવા પર કપડાઓ સહિત સ્નાન કરે છે અને અછૂતોને જનોઈ સુધી આપવાની મનાઈ છે. જો આ ધર્મની વિરુદ્ધ કશું ન કહેવાની કસમ લઈ લઈએ તો ચુપ થઈને ઘરે બેસી જવું જોઈએ, નહીં તો ધર્મનો વિરોધ કરવો પડશે. લોકો એ પણ કહે છે કે, આ બુરાઈઓને સુધારવામાં આવે. બહુ સરસ! અછૂતને સ્વામી દયાનંદે જે મિટાવ્યા તો તે પણ ચાર વર્ણોથી આગળ ના જઈ શક્યા. ભેદભાવ તો તેમ છતાં રહ્યો. ગુરુદ્વારા જઈને જે સિખ 'રાજ કરશે ખાલસા' ગાય અને બહાર આવીને પંચાયતી રાજની વાત કરે, તો એનો અર્થ શું છે?

ધર્મ તો એ કહે છે કે, ઈસ્લામ પર વિશ્વાસ ન કરવાવાળાને તલવારના ઘાટ ઉતારી દેવા જોઈએ અને જો ત્યાં એકતાની દુહાઈ આપવામાં આવે તો પરિણામ શું હશે? આપણે જાણીએ છીએ કે, હજુ કેટલાય મોટા ભાવની આયતો અને મંત્ર વાંચીને ખેંચતાણ કરવાની કોશિશ કરી શકાય છે, પરંતુ સવાલ એ છે કે, આ બધા ઝગડાથી છુટકારો જ કેમ ન મેળવવામાં આવે? ધર્મનો પહાડ તો આપણને આપણી સામે નજરે આવે છે. માની લો કે, ભારતમાં સ્વતંત્રતા સંગ્રામ છેડાઈ જાય. સેનાઓ આમને-સામને બંદૂક ખેંચીને ઊભી હોય, ગોળી ચાલવાની જ હોય અને જો એ સમયે કોઈ મુહમ્મદ ગૌરની જેમ કે કહેવત બતાવવામાં આવી છે - આજે પણ આપણી સામે ગાયો, સૂઅર, વેદ, કુરાન વગેરે વસ્તુઓ ઊભી કરી દે, તો આપણે શું કરીશું? જો પાક્કા ધાર્મિક હોઈશું તો પોતાના બોરિયા-બિસ્તરા લપેટીને ઘરે બેસી જઈશું. ધર્મના હોવાથી હિન્દુ-સિખ ગાય પર અને મુસલમાન સૂઅર પર ગોળી નથી ચલાવી શકતા. ધર્મના મોટા પાક્કા માણસ તો એ સમયે સોમનાથના કેટલાય હજારો પણ્ડોની જેમ ઠાકુરોની આગળ પરત ફરતા

રહેશે અને બીજા લોકો ધર્મહીન કે અધર્મી કામ કરી જશે. તો આપણે કયા નિષ્કર્ષ પર પહોંચ્યા? ધર્મની વિરુદ્ધ વિચારવું જ પડે છે, પરંતુ જો ધર્મના પક્ષવાળાઓના તર્ક પણ વિચારવામાં આવે, તો તેઓ એ કહે છે કે, દુનિયામાં અંધારું થઈ જશે, પાપ વધી જશે. ખૂબ સરસ, એ જ વાતને લઈ લો. રૂસી મહાત્મા ટૉલ્સ્ટૉયે પોતાની પુસ્તક (Essay and Letters)માં ધર્મ પર ચર્ચા કરીને એના ત્રણ હિસ્સા કર્યા છે.

૧. Essentials of Religion - એટલે ધર્મની જરૂરી વાતો અર્થાત્ સત્ય બોલવું, ચોરી ના કરવી, ગરીબોની મદદ કરવી, પ્રેમથી રહેવું વગેરે.
૨. Philosophy of Religion - એટલે જન્મ-મૃત્યુ, પુનર્જન્મ, સંસાર-રચના વગેરેના દર્શન. એમાં માણસ પોતાની મરજી અનુસાર વિચારવા અને સમજવાનો યત્ન કરે છે.
૩. Rituals of Religion - એટલે રીતિ-રિવાજ વગેરે. એટલે કે પહેલા હિસ્સામાં બધા ધર્મ એક છે. બધા કહે છે કે, સત્ય બોલો, જૂઠું ના બોલો, પ્રેમથી રહો. આ વાતોને કેટલાક સજ્જનોએ Induvidual Religion કહી છે. એમાં તો ઝગડાનો પ્રશ્ન જ નથી ઊઠતો. બલ્કે એ કે એવા નેક વિચાર દરેક માણસમાં હોવા જોઈએ. બીજો ફિલૉસોફીનો પ્રશ્ન છે. અસલમાં કહેવું પડે છે કે, Philosophy is out come of Human weakness, એટલે ફિલૉસોફી માણસની નબળાઈનું ફળ છે. જ્યાં પણ માણસ જોઈ શકે છે, ત્યાં કોઈ ઝગડો નથી. જ્યાં કશું નજર ના આવ્યું, ત્યાં દિમાગ લડાવવાનું શરૂ કરી દીધું અને ખાસ-ખાસ નિષ્કર્ષ કાઢી લીધા. આમ તો ફિલૉસોફી મોટી જરૂરી વસ્તુ છે, કેમ કે એના વગર ઉન્નતિ નથી થઈ શકતી, પરંતુ એની સાથે-સાથે શાંતિ પણ જરૂરી છે. આપણા વડીલ કહી ગયા છે કે, મર્યા પછી પુનર્જન્મ પણ હોય છે, ઈસાઈ અને મુસલમાન આ વાતને નથી માનતા. ખૂબ સરસ, પોતપોતાના વિચાર છે. આવો, પ્રેમની સાથે બેસીને ચર્ચા કરીએ. એક-બીજાના વિચારો જાણીએ, પરંતુ 'મસલા-એ-તનાસુક' પર ચર્ચા થાય છે, તો આર્યસમાજીઓ તેમજ મુસલમાનોમાં લાકડીઓ ચાલે છે. વાત એ કે, બંને પક્ષ દિમાગને, બુદ્ધિને વિચારવા-સમજવાની શક્તિને તાળું લગાવીને ઘરમાં રાખી આવીએ છીએ. તેઓ સમજે છે કે, વેદમાં ઈશ્વરે એ જ રીતે લખ્યું છે અને એ જ સાચો છે. તે કહે છે કે કુરાન શરીપમાં ખુદાએ એવું લખ્યું છે અને એ જ સત્ય છે. પોતાના વિચારવાની શક્તિ (Power of Reasoning)ને રજા આપી દીધી હોય છે. તેથી જે ફિલૉસોફી દરેક વ્યક્તિના અંગત અભિપ્રાયથી વધારે મહત્ત્વ ના રાખતી હોય, એક ખાસ ફિલૉસોફી માનવાના કારણે ભિન્ન જૂથ ના બને, તો એમાં શું ફરિયાદ હોઈ શકે છે.

હવે આવે છે ત્રીજી વાત- રીતિ-રિવાજ. સરસ્વતી પૂજાવાળા દિવસે, સરસ્વતીની મૂર્તિનું સરઘસ કાઢવું જરૂરી છે. એમાં આગળ-આગળ બેન્ડવાજા વગાડવા પણ જરૂરી છે, પરંતુ હેરીમન રોડના રસ્તામાં એક મસ્જિદ પણ આવે છે. ઈસ્લામ ધર્મ કહે છે કે, મસ્જિદની આગળ વાજા ના વાગે. હવે શું હોવું જોઈએ? નાગરિક આઝાદીનો અધિકાર (Civil rights of citizen) કહે છે કે, બજારમાં વાજા વગાડતાં-વગાડતાં પણ જઈ શકાય છે, પરંતુ ધર્મ કહે છે કે નહીં. આમના ધર્મમાં ગાયનું બલિદાન જરૂરી છે અને બીજામાં ગાયની પૂજા લખેલી છે. હવે શું થાય? પીપળની શાખા કપાતા જ ધર્મમાં અંતર આવી જાય છે તો શું કરવામાં આવે? તો આ ફિલૉસોફી તેમજ રીતિ-રિવાજના નાના-નાના ભેદ બાદમાં જઈને (National Religion) બની જાય છે અને અલગ-અલગ સંગઠન બનવાના કારણે બને છે. પરિણામ આપણી સામે છે.

તેથી જો ધર્મ પાછળ લખેલી ત્રીજી અને બીજી વાતની સાથે અંધવિશ્વાસને મિલાવવાનું નામ છે, તો ધર્મની કોઈ જરૂર નથી. એને આજે જ ઉડાવી દેવો જોઈએ. જો પહેલી અને બીજી વાતમાં સ્વતંત્ર વિચાર મિલાવીને ધર્મ બને છે, તો ધર્મ મુબારક છે.

પરંતુ અલગ-અલગ સંગઠન અને ખાવા-પીવાનો ભેદભાવ દૂર કરવો જરૂરી છે. છૂત-અછૂત શબ્દોને જડથી નિકાળવા પડશે. જ્યાં સુધી આપણે તંગદિલી છોડીને એક ના થઈશું, ત્યાં સુધી આપણામાં વાસ્તવિક એકતા નથી થઈ શકતી. આથી ઉપર લખેલી વાતો અનુસાર ચાલીને જ આપણે આઝાદી તરફ આગળ વધી શકીએ છીએ. આપણી આઝાદીનો અર્થ માત્ર અંગ્રેજી ચંગુલમાંથી છુટકારો મેળવવાનું નામ નથી, તે પૂર્ણ સ્વતંત્રતાનું નામ છે - જ્યારે લોકો પરસ્પર હળી-મળીને રહેશે અને દિમાગી ગુલામીથી પણ આઝાદ થઈ જશે.

★

સામ્પ્રદાયિક તોફાનો અને એમનો ઈલાજ
(જૂન ૧૯૨૮)

૧૯૧૯ના જલિયાંવાલા બાગ હત્યાકાંડ પછી બ્રિટિશ સરકારે સામ્પ્રદાયિક તોફાનોનો ખૂબ પ્રચાર શરૂ કર્યો. એની અસરમાં ૧૯૨૪માં કોહાટમાં ખૂબ જ અમાનવીય ઢંગથી હિન્દુ-મુસ્લિમ વચ્ચે તોફાનો થયા. એના પછી રાષ્ટ્રીય રાજનીતિક ચેતનામાં સામ્પ્રદાયિક તોફાનો પર લાંબી ચર્ચા ચાલી. એમને સમાપ્ત કરવાની જરૂર તો સૌથી મહેસૂસ કરી, પરંતુ કૉંગ્રેસી નેતાઓએ હિન્દુ-મુસ્લિમ નેતાઓમાં સમાધાનનામું લખાવીને તોફાનો રોકવાના પ્રયત્ન કર્યો. આ સમસ્યાના નિશ્ચિત હલ માટે ક્રાંતિકારી આંદોલને પોતાના વિચાર પ્રસ્તુત કર્યા. પ્રસ્તુત લેખ જૂન, ૧૯૨૮એ 'કિરતી'માં છપાયો. આ લેખ આ સમસ્યા પર શહીદ ભગતસિંહ અને એમના સાથીઓના વિચારોનો સાર છે.

ભારત વર્ષની દશા આ સમયે દયનીય છે. એક ધર્મના અનુયાયી બીજા ધર્મના અનુયાયીઓના જાની દુશ્મન છે. હવે તો એક ધર્મનું હોવું બીજા ધર્મના કટ્ટર શત્રુ હોવા સમાન છે. જો આ વાતનો પણ વિશ્વાસ ન હોય તો લાહોરના તાજા તોફાનો જ જોઈ લો. કયા પ્રકારે મુસલમાનોએ નિર્દોષ સિખો, હિન્દુઓને માર્યા છે અને કયા પ્રકારે સિખોએ વશ ચાલતા કોઈ કસર નથી છોડી. આ માર-કાપ આથી નથી કરવામાં આવી કે ફલાણો માણસ દોષી છે, પરંતુ આથી કે ફલાણો માણસ હિન્દુ છે કે સિખ છે કે મુસલમાન છે. બસ કોઈ વ્યક્તિનું સિખ કે હિન્દુ હોવું મુસલમાનો દ્વારા માર્યા જવા માટે પર્યાપ્ત હતું અને એ જ રીતે કોઈ વ્યક્તિનું મુસલમાન હોવું જ એનો જીવ લેવા માટે પર્યાપ્ત તર્ક હતો. જ્યારે સ્થિતિ એવી હોય, તો હિન્દુસ્તાનનો ઈશ્વર જ માલિક છે.

એવી સ્થિતિમાં હિન્દુસ્તાનનું ભવિષ્ય ખૂબ અંધકારમય નજરે આવે છે. આ ધર્મોએ હિન્દુસ્તાનનો બેડો ગર્ક કરી દીધો છે. અને હજુ ખબર નહીં કે આ ધાર્મિક તોફાનો ભારતવર્ષનો પીછો ક્યારે છોડશે. આ તોફાનોએ સંસારની નજરોમાં ભારતને બદનામ કરી દીધો છે અને અમે જોયું છે કે, આ અંધવિશ્વાસના

વહાવમાં બધા વહી જાય છે. કોઈ વીરલો જ હિન્દુ, મુસલમાન કે સિખ હોય છે, જે પોતાનું દિમાગ ઠંડું રખે છે, બાકી બધા જ ધર્મના આ નામલેવા પોતાના નામલેવા ધર્મના રોબને જાળવી રાખવા દંડા-લાકડીઓ, તલવારો-છરા હાથમાં પકડી લે છે અને આપસમાં માથા ફોડી-ફોડીને મરી જાય છે. બાકી કેટલાક તો ફાંસીએ ચઢી જાય છે અને કેટલાક જેલોમાં ફેંકી દેવામાં આવે છે. આટલો રક્તપાત થવા પર આ 'ધર્મજનો' પર અંગ્રેજી સરકારનો દંડો વરસે છે અને ફરી એમના દિમાગનો કીડો ઠેકાણે આવી જાય છે.

ત્યાં સુધી જોવામાં આવ્યું છે કે, આ તોફાનોની પાછળ સામ્પ્રદાયિક નેતાઓ અને અખબારોનો હાથ છે. આ સમયે હિન્દુસ્તાનના નેતાઓએ ચુપ રહેવાની જ સારું સમજ્યું. એ જે તા જેમણે ભારતને સ્વતંત્ર કરાવવાનું બીડું પોતાના માથા પર ઉઠાવ્યું હતું અને જે 'સમાન રાષ્ટ્રીયતા' અને 'સ્વરાજ્ય-સ્વરાજ્ય'ની બૂમો પાડતા થાકતા ન હતા, તેઓ કાં તો પોતાના મોંઢાઓ છુપાવી ચુપચાપ બેઠા છે અથવા એ જ ધર્માન્ધતાના વહાવમાં વહી નીકળ્યા છે. મોં છુપાવીને બેસનારાઓની સંખ્યા પણ શું ઓછી છે? પરંતુ એવા નેતા જે સામ્પ્રદાયિક આંદોલનમાં જઈ મળ્યા છે, જમી ખોદવાથી સેંકડો નીકળી આવે છે. જે નેતા હૃદયથી બધાનું ભલું ઈચ્છે છે, એવા ખૂબ ઓછા છે અને સામ્પ્રદાયિકતાનું એવું પ્રબળ પૂર આવેલું છે કે, તેઓ પણ એને રોકી નથી શકતા. એવું લાગી રહ્યું છે કે, ભારતમાં નેતૃત્વનું દેવાળીયું પિટાઈ ગયું છે.

બીજા સજ્જન જે સામ્પ્રદાયિક તોફાનોને ભડકાવવામાં વિશેષ હિસ્સો લેતા રહે છે, અખબારવાળા છે. પત્રકારિતાનો વ્યવસાય, કોઈ સમયે ખૂબ ઊંચો સમજવામાં આવતો હતો. આજે ખૂબ જ ગંદો થઈ ગયો છે. આ લોકો એક-બીજાની વિરુદ્ધ મોટા-મોટા શીર્ષક આપીને લોકોની ભાવનાઓ ભડકાવે છે અને પરસ્પર માથાફોડી કરાવે છે. એક-બે જગ્યા જ નહીં, કેટલીય જગ્યાએ પર આથી તોફાનો થયા કે, સ્થાનિક અખબારોએ ખૂબ ઉત્તેજનાપૂર્ણ લેખ લખ્યા છે. એવા લેખક ખૂબ ઓછા છે, જેમનું દિલ તેમજ દિમાગ એવા દિવસોમાં પણ શાંત રહ્યું હોય.

અખબારોનું અસલી કર્તવ્ય શિક્ષણ આપવું, લોકોમાંથી સંકીર્ણતા કાઢવી, સામ્પ્રદાયિક ભાવનાઓ હટાવવી, પરસ્પર મેળમિલાપ વધારવો અને ભારતની રાષ્ટ્રીયતા બનાવવાનું હતું, પરંતુ એમણે પોતાનું મુખ્ય કર્તવ્ય અજ્ઞાન ફેલાવવું, સંકીર્ણતાનો પ્રચાર કરવો, સામ્પ્રદાયિક બનાવવા, લડાઈ-ઝગડા કરાવવા અને ભારતની એકતાથી ભરેલી રાષ્ટ્રીયતાને નષ્ટ કરવાનું બનાવી લીધું છે. આ જ કારણ છે કે, ભારતવર્ષની વર્તમાન દશા પર વિચાર કરીને આંખોમાંથી રક્તના આંસૂ વહેવા લાગે છે અને દિલમાં સવાલ ઊઠે છે કે, ''ભારતનું થશે શું?''

જે લોકો અસહયોગના દિવસોમાં જોશ તેમજ ઉભારને જાણે છે, એમને આ સ્થિતિ જોઈને રોવાનું આવે છે. ક્યાં હતા એ દિવસો કે સ્વતંત્રતાની ઝલક સામે

દેખાતી હતી અને ક્યાં આજે દિવસ કે સ્વરાજ્ય એક સપનું માત્ર બની ગયું છે. બસ આ જ ત્રીજો લાભ છે, જે આ તોફાનોથી અત્યાચારીઓને મળ્યો છે. જેના અસ્તિત્વને જોખમ પેદા થઈ ગયું હતું કે, આજે ગઈ, કાલે ગઈ એ જ નોકરશાહી આજે પોતાની જડો એટલી મજબૂત કરી ચુકી છે કે, એને હલાવવી કોઈ સામાન્ય કામ નથી.

જો આ સામ્પ્રદાયિક તોફાનોની જડ શોધીએ, તો આપણને એનું કારણ આર્થિક જ જણાય છે. અસહયોગના દિવસોમાં નેતાઓ તેમજ પત્રકારોએ સેંકડો બલિદાનો આપ્યા. એમની આર્થિક દશા બગડી ગઈ હતી. અસહયોગ આંદોલનના ધીમા પડવા પર નેતાઓ પર અવિશ્વાસ જેવું થઈ ગયું, જેનાથી આજકાલના ઘણા બધા સામ્પ્રદાયિક નેતાઓના ધંધા ચોપટ થઈ ગયા. વિશ્વમાં જે પણ કામ થાય છે, એના ઊંડાણમાં પેટનો સવાલ જરૂર હોય છે. કાર્લ માર્ક્સના ત્રણ મોટા સિદ્ધાંતોમાંથી આ એક મુખ્ય સિદ્ધાંત છે, આ જ સિદ્ધાંતના કારણે જ દબલીગ, તનકીમ, શુદ્ધિ વગેરે સંગઠન શરૂ થયા અને આ જ કારણે આજે આપણી એવી દુર્દશા થઈ, જે અવર્ણનીય છે.

બસ, બધા તોફાનોનો ઈલાજ જો કોઈ હોઈ શકતો હતો, તો તે ભારતની આર્થિક દશામાં સુધારથી જ થઈ શકે છે. હકીકતમાં ભારતના સમાન્ય લોકોની આર્થિક દશા એટલી ખરાબ છે કે, એક વ્યક્તિ બીજાને ચવન્ની આપીને બીજા કોઈને અપમાનિત કરાવી શકે છે. ભૂખ અને દુઃખથી આતુર થઈને મનુષ્ય બધા સિદ્ધાંત તાક પર રાખી દે છે. સત્ય છે, મરતો શું ના કરે. પરંતુ વર્તમાન સ્થિતિમાં આર્થિક સુધાર થવો અત્યંત કઠિન છે, કેમ કે સરકાર વિદેશી છે અને લોકોની સ્થિતિને સુધરવા નથી દેતી. આથી લોકોએ હાથ ધોઈને એની પાછળ પડી જવું જોઈએ અને જ્યાં સુધી સરકાર બદલાઈ ના જાય, ચેનના શ્વાસ ના લેવા જોઈએ.

લોકોને પરસ્પર લડવાથી રોકવા માટે વર્ગ-ચેતનાની જરૂર છે. ગરીબ, મહેનતું લોકો તેમજ ખેડૂતોને સ્પષ્ટ સમજાવી દેવું જોઈએ કે, તમારા અસલી દુશ્મન પૂંજીપતિ છે. આથી તમારે એમના ષડ્યંત્રોતી બચીને રહેવું જોઈએ અને એમના હાથે ચઢીને કશું ના કરવું જોઈએ. સંસારના બધા ગરીબોના, ભલે તે કોઈપણ જાતિ, રંગ, ધર્મ કે રાષ્ટ્રના હોય, અધિકાર એક જ છે. તમારી ભલાી એમાં છે કે, તમે ધર્મ, રંગ, નસ્લ અને રાષ્ટ્રીયતા તેમજ દેશના ભેદભાવ મિટાવીને એકજુટ થઈ જાઓ અને સરકારની તાકાત પોતાના હાથોમાં લેવાનો પ્રયત્ન કરો. આ યત્નોથી તમારું કોઈ નુકસાન નહીં થાય, એનાથી કોઈ દિવસ તમારી ઝંઝીરો કપાઈ જશે અને તમને આર્થિક સ્વતંત્રતા મળશે.

જે લોકો રૂસનો ઈતિહાસ જાણે છે, એમને ખબર છે કે, જારના સમયે ત્યાં પણ એવી જ સ્થિતિઓ હતી. ત્યાં પણ કેટલાય સમુદાય હતા, જે પરસ્પર લડાઈ-ઝગડા કરતા રહેતા હતા, પરંતુ જે દિવસથી ત્યાં શ્રમિક શાસન થયું છે, ત્યાં

નક્શો જ બદલાઈ ગયો છે. હવે ત્યાં ક્યારેય તોફાનો નથી થયા. હવે ત્યાં બધાને 'માણસ' સમજવામાં આવે છે, 'ધર્મજન' નહીં. જારના સમયે લોકોની આર્થિક દશા ખૂબ જ ખરાબ હતી, આથી બધા દંગા-ફસાદ થતાં હતા, પરંતુ હવે રૂસીઓની આર્થિક દશા સુધરી ગઈ છે અને એમનામાં વર્ગ-ચેતના આવી ગઈ છે, આથી હવે ત્યાંથી કોઈ તોફાનોની ખબર નથી આવી.

આ તોફાનોમાં આમ તો ખૂબ નિરાશાજનક સમાચાર સાંભળવામાં આવે છે, પરંતુ કલકત્તાના તોફાનોમાં એક વાત ખૂબ સાંભળવામાં આવી. તે એ કે, ત્યાંના તોફાનોમાં ટ્રેડ યૂનિયનના શ્રમિકોએ હિસ્સો ના લીધો અને ના તો તેઓ પરસ્પર ડગ્યા, પરંતુ બધા હિન્દુ-મુસલમાન ખૂબ પ્રેમથી કારખાનાઓ વગેરેમાં ઊઠતાં-બેસતાં અને તોફાનો રોકવાના પણ યત્ન કરતા રહ્યા. એ આથી કે એમનામાં વર્ગ-ચેતના હતી અને તેઓ પોતાના વર્ગહિતને સારી રીતે ઓળખતા હતા. વર્ગ-ચેતનાનો આ જ સુંદર રસ્તો છે, જે સામ્પ્રદાયિક તોફાનો રોકી શકે છે.

આ ખુશીના સમાચાર આપણા કાનોને મળે છે કે, ભારતના નવયુવક હવે એવા ધર્મોથી, જે પરસ્પર લડાવવા તેમજ ઘૃણા કરવાનું શીખવાડે છે, તંગ આવીને હાથ ધોઈ રહ્યા છે. એમનામાં એટલું ખુલ્લાપણું આવી ગયું છે કે, તેઓ ભારતના લોકોને ધર્મની નજરથી હિન્દુ, મુસલમાન કે સિખ રૂપમાં નહીં, પરંતુ બધાને પહેલા માણસ સમજે છે, પછી ભારતવાસી. ભારતના યુવકોમાં આ વિચારો પેદા થવાથી ખબર પડે છે કે, ભારતનું ભવિષ્ય સોનેરી છે. ભારતવાસીઓએ આ તોફાનો વગેરે જોઈને ગભરાવવું ના જોઈએ. તેમણે યત્ન કરવા જોઈએ કે, એવું વાતાવરણ જ ના બને અને તોફાનો થાય જ નહીં.

૧૯૧૪-૧૫ના શહીદોએ ધર્મને રાજનીતિથી અલગ કરી દીધો હતો. તેઓ સમજતા હતા કે, ધર્મ વ્યક્તિનો વ્યક્તિગત મામલો છે અને એમાં બીજાની કોઈ દખલ નહીં. ના તો એને રાજનીતિમાં ઘુસાડવો જોઈએ કેમ કે આ સરબતને મિલાવીને એક જગ્યાએ કામ નથી કરવા દેતો. આથી, ગદર પાર્ટી જેવા આંદોલન એકજુટ તેમજ એકજાન રહ્યા, જેમાં સિખ આગળ ચાલીને ફાંસીઓ પર ચઢ્યા અને હિન્દુ-મુસલમાન પણ પાછળ ના રહ્યા.

આ સમયે કેટલાક ભારતીય નેતા પણ મેદાનમાં ઉતર્યા છે, જે ધર્મને રાજનીતિથી અલગ કરવા ઈચ્છે છે. ઝગડા દૂર કરવાનો આ પણ એક સુંદર ઈલાજ છે અને અમે એનું સમર્થન કરીએ છીએ.

જો ધર્મને અલગ કરી દેવામાં આવે, તો રાજનીતિ પર આપણે બધા એકઠા થઈ શકીએ છીએ. ધર્મોમાં આપણે ભલે અલગ-અલગ જ રહીએ.

અમારો વિચાર છે કે, ભારતના સાચા હમદર્દ અમારા બતાવેલા ઈલાજ પર જરૂર વિચાર કરશે અને ભારતનો આ સમયે જે આત્મઘાત થઈ રહ્યો છે, એનાથી આપણને બચાવી લેશે. ★

નવા નેતાઓના અલગ-અલગ વિચાર
(જુલાઈ, ૧૯૨૮)

જુલાઈ, ૧૯૨૮એ 'કિરતી'માં છપાયેલા આ લેખમાં ભગતસિંહે સુભાષચન્દ્ર બોસ અને જવાહરલાલ નેહરૂના વિચારોની તુલના કરી છે.

અસહયોગ આંદોલનની અસફળતા પછી જનતામાં ખૂબ નિરાશા અને ઉદાસી ફેલાઈ. હિન્દુ-મુસ્લિમ ઝગડાઓએ બચેલું-કુચેલું સાહસ પણ સમાપ્ત કરી નાખ્યું, પરંતુ દેશમાં જ્યારે એકવાર જાગૃતિ ફેલાઈ જાય, ત્યારે દેશ વધારે દિવસ સુધી સુઈને નથી રહી શકતો. થોડા જ દિવસો પછી જનતા ખૂબ જોશની સાથે ઊઠે છે તથા હુમલો કરે છે. આજે હિન્દુસ્તાનમાં ફરી જીવ આવી ગયો. હિન્દુસ્તાન ફરી જાગી રહ્યું છે. જોવામાં તો કોઈ મોટું જનઆંદોલન નજરે નતી આવતું, પરંતુ પાયો જરૂર મજબૂત કરવામાં આવી રહ્યો છે. આધુનિક વિચારોના અનેક નવા નેતા સામે આવી રહ્યા છે. આ વખતે નૌજવાન નેતા જ દેશભક્ત લોકોની નજરોમાં આવી રહ્યા છે. મોટા-મોટો તા મોટા હોવા છતાં એક તરફથી પાછળ છોડાઈ રહ્યા છે. આ સમયે જે નેતા આગળ આવ્યા છે તે છે - બંગાળના પૂજનીય શ્રી સુભાષચન્દ્ર બોસ અને માનનીય પંડિત શ્રી જવાહરલાલ નેહરૂ. આ બે નેતા હિન્દુસ્તાનમાં ઉભરતા નજરે આવી રહ્યા છે અને યુવાઓના આંદોલનોમાં વિશેષ રૂપથી ભાગ લઈ રહ્યા છે. બંને જ હિન્દુસ્તાનની આઝાદીના કટ્ટર સમર્થક છે. બંને જ સમજદાર અને સાચા દેશભક્ત છે, પરંતુ તેમ છતાં એમના વિચારોમાં જમીન-આસમાનનું અંતર છે. એકને ભારતની પ્રાચીન સંસ્કૃતિના ઉપાસક કહેવામાં આવેછે, તો બીજાને પાકા પશ્ચિમના શિષ્ય. એકમન કોમળ હૃદયવાળા ભાવુક કહેવામાં આવે છે, તો બીજાને પાકો યુગાન્તરકારી. અમે આ લેખમાં એમના અલગ-અલગ વિચારો જનતાની સમક્ષ રાખીશું, જેથી જનતા ખુદ એમના અંતરને સમજી શકે અને સ્વયં પણ વિચાર કરી શકે. પરંતુ એ બંનેના વિચારોનો ઉલ્લેખ કરવાથી પહેલાં અન્ય એક વ્યક્તિનો ઉલ્લેખ કરવો પણ જરૂરી છે, જે આ જ સ્વતંત્રતાના પ્રેમી છે અને યુવા આંદોલનોનું એક વિશેષ વ્યક્તિત્વ છે.

સાધૂ વાસવાની ભલે કોંગ્રેસના મોટા નેતાઓની જેમ પ્રસિદ્ધ તો નહીં, ભલે દેશના રાજનીતિક ક્ષેત્રમાં એમનું કોઈ વિશેષ સ્થાન તો નથી, તો પણ યુવાઓ પર, જેમને કે કાલે દેશી બાગડોર સંભાળવાની છે, એમની અસર છે અને એમના જ દ્વારા શરૂ થયેલું આંદોલન 'ભારત યુવા સંઘ' આ સમયે યુવાનોમાં વિશેષ પ્રભાવ રાખે છે. એમના વિચાર બિલકુલ અલગ ઢંગના છે. એમના વિચાર એક જ શબ્દમાં બતાવી શકાય છે - ''તમે વેદોની તરફ પરત વળો''. (બેક ટૂ વેદ્સ) આ અવાજ સૌથી પહેલા આર્યસમાજે ઉઠાવ્યો હતો. આ વિચારનો આધાર એ આસ્થામાં છે કે, વેદોમાં પરમાત્માએ સંસારનું બધું જ્ઞાન રાખી દીધું છે. એનાથી આગળ વધારે વિકાસ નથી હોઈ શકતો. આથી આપણા હિન્દુસ્તાને ચોતરફા જે પ્રગતિ કરી લીધી હતી, એનાથી આગળ ના દુનિયા વદી છે અને ના વધી શકે છે. ખેર, વાસવાની વગેરે આ જ અવસ્થાને માને છે. ત્યારે એક જગ્યાએ કહે છે-

''આપણી રાજનીતિએ અત્યાર સુધી ક્યારેક તો મેજિની અને વૉલ્ટેયરે પોતાના આદર્શ માનીને ઉદાહરણ સ્થાપિત કર્યા છે અને અથવા ક્યારેક લેનિન અને ટૉલ્સ્ટૉયથી પાઠ શીખ્યો. જો કે, એમને જ્ઞાત હોવું જોઈએ કે, એમની પાસે એમનાથી ક્યાંય મોટા આદર્શ આપણા જૂના ઋષિ છે.'' તેઓ એ વાત પર વિશ્વાસ કરે છે કે, આપણો દેશ એકવાર તો વિકાસની અંતિમ સીમા સુધી જઈ ચુક્યો હતો અને આજે આપણે ક્યાંય પણ જવાની જરૂર નથી, બલ્કે પરત ફરવાની જરૂર છે.

તમે એક કવિ છો. કવિત્વ તમારા વિચારોમાં બધી જગ્યાએ નજરે આવે છે. સાથે જ આ ધર્મના ખૂબ મોટા ઉપાસક છે. આ 'શક્તિ' ધર્મ ચલાવવા ઇચ્છે છે. એ કહે છે, ''આ સમયે આપણને શક્તિની અત્યંત જરૂર છે.'' તે 'શક્તિ' શબ્દનો અર્થ માત્ર ફારત માટે ઉપયોગ નથી કરતા, પરંતુ એમને આ શબ્દથી એક પ્રકારની દેવીનો, એક વિશેષ ઈશ્વરીય પ્રાપ્તિનો વિશ્વાસ છે. તેઓ એક ખૂબ ભાવુક કવિની જેમ કહે છેઃ-

"For in solitude have communicated with her, our admired Bharat Mata, And my aching head has heard voices saying... The day of freedom is not far off." ..Sometimes indeed a strange feeling visits me and I say to myself- Holy, holy is Hindustan. For still is she under the protection of her mighty Rishis and their beauty is around us, but we behold it not.

અર્થાત્ એકાન્તમાં ભારતનો અવાજ મેં સાંભળ્યો છે. મારા દુઃખી મનએ કેટલીયવાર એ અવાજ સાંભળ્યો છે કે, 'આઝાદીનો દિવસ દૂર નથી'... ક્યારેક-ક્યારેક ખૂબ અજીબ વિચાર મારા મનમાં આવે છે અને હું કહી ઊઠું છું - આપણું હિન્દુસ્તાન પાક અને પવિત્ર છે, કેમ કે જૂના ઋષિ એની રક્ષા કરી રહ્યાં છે અને

એમની સુંદરતા હિન્દુસ્તાનની પાસે છે, પરંતુ આપણે એમને જોઈ નથી શકતા.

આ કવિનો વિલાપ છે કે, તે પાગલો કે દીવાનાઓની જેમ કહેતા રહે છે- ''આપણી માતા ખૂબ મહાન છે. ખૂબ જ શક્તિશાળી છે. એને પરાસ્ત કરનારો કોણ પેદા થયો છે.'' આ પ્રકારે તેઓ માત્ર ભાવુકતાની વાતો કરતાં-કરતાં કહી જાય છે - "Our national movement must become a purifying mass movement, if it is to fulfil its destiny without falling into clasaa war one of the dangers of Bolshevism."

અર્થાત્ આપણે પોતાના રાષ્ટ્રીય જન આંદોલનને દેશ સુધારનું આંદોલન બનાવી દેવું જોઈએ. ત્યારે જ આપણે વર્ગયુદ્ધના બોલ્શેવિઝ્મના જોખમોથી બચી શકીશું. તેઓ એટલું કહીને જ કે, ગરીબોની પાસે જાઓ, ગામડાઓની તરફ જાઓ, એમને દવા-દારૂ મફત આપો- સમજે છે કે, આપણો કાર્યક્રમ પૂરો થઈ ગયો. તેઓ છાયાવાદી કવિ છે. એમની કવિતાનો કોઈ વિશેષ અર્થ તો નથી નીકળી શકતો, માત્ર દિલનો ઉત્સાહ વધારી શકાય છે. બસ પુરાતન સભ્યતાના અવાજ ઉપરાંત એમની પાસે કોઈ કાર્યક્રમ નથી. યુવાઓના દિમાગોને તેઓ કશું નવું નથી આપતા. માત્ર દિલને ભાવુકતાથી જ ભરવા ઇચ્છે છે.

યુવાઓમાં એમની ખૂબ જ અસર છે. બીજા પણ પેદા થઈ રહ્યા છે. એમના દકિયાનૂસી અને સંક્ષિપ્ત વિચાર એ જ છે, જે અમે ઉપર બતાવ્યા છે. એમના વિચારોની રાજનીતિક ક્ષેત્રમાં સીધી અસર ન હોવા છતાં ખૂબ અસર પડે છે. ખાસ કરીને એ કારણ કે નૌજવાનો, યુવાઓને જ કાલે આગળ વધવાનું છે અને એમની જ વચ્ચે આ વિચારનો પ્રચાર કરવામાં આવી રહ્યો છે.

હવે આપણે શ્રી સુભાષચન્દ્ર બોસ અને શ્રી જવાહરલાલ નેહરૂના વિચારો પર આવી રહ્યા છીએ. બે-ત્રણ મહીનાઓથી તમને ઘણી બધી કૉન્ફરન્સોના અધ્યક્ષ બનાવવામાં આવ્યા અને તમે પોત-પોતાના વિચાર લોકોની સામે ારખ્યા. સુબાષ બાબૂને સરકાર તખ્તાપલટ ગેંગના સદસ્યસમજે છે અને આથી એમને બંગાળ અધ્યાદેશ અંતર્ગત કેદ કરીને રાખ્યા હતા. તમે છુટા થયા અને ગર્મ દળના નેતા બનાવવામાં આવ્યા. તમે ભારતનો આદર્શ પૂર્ણ સ્વરાજય માનો છે અને મહારાષ્ટ્ર કૉન્ફરન્સમાં અધ્યક્ષીય ભાષણમાં પોતાના આ જ પ્રસ્તાવનો વિચાર કર્યો.

પંડિત જવાહરલાલ નેહરૂ સ્વરાજ પાર્ટીના નેતા મોતીલાલ નેહરૂના જ સુપુત્ર છે. બેરિસ્ટરી પાસ છે. તમે ખૂબ વિદ્વાન છો. તમે રૂસ વગેરેનો પ્રવાસ કરી આવ્યા છો. તમે પણ ગર્મ દળના નેતા છો અને મદ્રાસ કૉન્ફરન્સમાં તમારા અને તમારા સાથીઓના પ્રયાસોથી જ પૂર્ણ સ્વરાજનો પ્રસ્તાવ સ્વીકૃત થઈ શક્યો

હતો. તમે અમૃતસર કૉન્ફરન્સના ભાષણમાં પણ એ જ વાત પર ભાર આપ્યો, પરંતુ તેમ છતાં આ બંને સજ્જનોના વિચારોમાં જમીન-આકાશનું અંતર છે. અમૃતસર અને મહારાષ્ટ્ર કૉન્ફરન્સોના આ બંને અધ્યક્ષોના ભાષણ વાંચીને જ અમને એમના વિચારોનું અંતર સ્પષ્ટ થયું હતું. પરંતુ બાદમાં બમ્બઈના એક ભાષણમાં એ વાત સ્પષ્ટ રૂપથી અમારી સામે આવી ગઈ. પંડિત જવાહરલાલ નેહરુ આ જનસભાની અધ્યક્ષતા કરી રહ્યા હતા અને સુભાષચન્દ્ર બોસે ભાષણ આપ્યું. તેઓ એક ખૂબ જ ભાવુક બંગાળી છે. તેમણે ભાષણનો આરંભ કર્યો કે, હિન્દુસ્તાનનો દુનિયાના નામે એક વિશેષ સંદેશ છે. તે દુનિયાને આધ્યાત્મિક શિક્ષણ આપશે. ખેર, આગળ તેઓ દીવાનાની જેમ કહેવાનું આરંભ કરી દે છે - ચાંદની રાતમાં તાજમહેલને જુઓ અને જે દિલની આ સૂઝનું પરિણામ હતું, એની મહાનતાની કલ્પના કરો. વિચારો, એક બંગાળી ઉપન્યાસકારે લખ્યું છે કે, આપણામાં આ આપણાં આંસુ જ જામીને પથ્થર બની ગયા છે. તે પણ પાછા વેદોની તરફ પરત ફરવાનું આહ્વાન કરે છે. તમે પોતાના પૂનાવાલા ભાષણમાં 'રાષ્ટ્રવાદિતા'ના સંબંધમાં કહ્યું છે કે, આંતરરાષ્ટ્રીયતાવાદી, રાષ્ટ્રીયતાવાદને એક સંકીર્ણ દાયરાવાળી વિચારધારા બતાવે છે, પરંતુ આ ભૂલ છે. હિન્દુસ્તાની રાષ્ટ્રીયતાના વિચાર એવા નથી. તે ના સંકીર્ણ છે, ના અંગત સ્વાર્થથી પ્રેરિત છે અને ના ઉત્પીડનકારી છે, કેમ કે એની જડ કે મૂળ તો 'સત્યમ્ શિવમ્ સુન્દરમ્' છે અર્થાત્ સત્ય, કલ્યાણકારી અને સુંદર.

આ પણ એ જ છાયાવાદ છે. કોરી ભાવુકતા છે. સાથે જ એમને પણ પોતાના પુરાતન યુગ પર ખૂબ વિશ્વાસ છે. તે પ્રત્યેક વાતમાં પોતાના પુરાતન યુગની મહાનતાને જુએ છે. પંચાયતી રાજના ઢંગ એમના વિચારમાં કોઈ નવા નથી. 'પંચાયતી રાજ અને જનતાના રાજ' તેઓ કહે છે કે, હિન્દુસ્તાનમાં ખૂબ જૂના છે. તેઓ તો ત્યાં સુધી કહે છે કે, સામ્યવાદ પણ હિન્દુસ્તાન માટે નવી વસ્તુ નથી. ખેર, એમણે સૌથી વધારે એ દિવસના ભાષણમાં કઈ વાત પર ભાર આપ્યો હતો કે, હિન્દુસ્તાનનો દુનિયા માટે એક વિશેષ સંદેશ છે. પંડિત જવાહરલાલ વગેરેના વિચાર એના બિલકુલ વિપરીત છે. તેઓ કહે છે :-

"Every youth must rebel. Not only in political sphere, but in social, economic and religious spheres also. I have not much use for any man who comes and tells me that such and such thing is said in Koran, Every thing unreasonable must be discarded even if they find authority for in the Vedas and Koran."

એટલે ''પ્રત્યેક નૌજવાને વિદ્રોહ કરવો જોઈએ. રાજનીતિક ક્ષેત્રમાં જ નહીં બલ્કે સામાજિક, આર્થિક અને ધાર્મિક ક્ષેત્રમાં પણ. મારે એવા વ્યક્તિની કોઈ જરૂર નથી, જે આવીને કહે કે, ફલાણી વાત કુરાનમાં લખેલી છે. કોઈ વાત, જે પોતાની સમજદારીની પરખમાં યોગ્ય સાબિત ના થાય, એને ભલે વેદ અને કુરાનમાં કેટલી પણ સારી કેમ ન કહેવામાં આવી હોય, ના માનવી જોઈએ.''

આ એક યુગાન્તરકારીના વિચાર છે અને સુભાષના એક રાજ-પરિવર્તનકારીના વિચાર છે. એકના વિચારમાં આપણી પૌરાણિક વસ્તુઓ ખૂબ સારી છે અને બીજાના વિચારમાં એમની વિરુદ્ધ વિદ્રોહ કરી દેવામાં આવવો જોઈએ. એકને ભાવુક કહેવામાં આવે છે અને એકને યુગાન્તરકારી અને વિદ્રોહી. પંડિતજી એક સ્થાન પર કહે છે :-

"To those who still fondly cherish old ideas and are striving to bring back the conditions which prevailed in Arabia 1300 years ago or in the Vedic age in India. I say, that it is inconceivable that you can bring back the hoary past. The world of reality will not retrace its steps, the world of imaginations may remain stationary."

તેઓ કહે છે કે, જે હજુ પણ કુરાનના જમાનાના અર્થાત્ ૧૩૦૦ વર્ષ પાછળના અરબની સ્થિતિઓ પેદા કરવા ઈચ્છે છે, જે પાછળ વેદોના જમાનાની તરફ જોઈ રહ્યા છે એમનાથી મારું એ કહેવું છે કે, એ તો વિચારી પણ નથી શકાતું કે, તે યુગ પાછો ફરીને આવશે, વાસ્તવિક દુનિયા પરત નથી ફરી શકતી, કાલ્પનિક દુનિયાને ભલે થોડા દિવસ અહીં સ્થિર રાખો અને આથી, તેઓ વિદ્રોહની જરૂર મહેસૂસ કરે છે.

સુભાષ બાબૂ પૂર્ણ સ્વરાજના સમર્થનમાં છે કેમ કે તેઓ કહે છે કે, અંગ્રેજ પશ્ચિમના વાસી છે. આપણે પૂર્વના. પંડિતજી કહે છે, આપણે પોતાનું રાજ કાયમ કરવીને આખી સામાજિક વ્યવસ્થા બદલવી જોઈએ. એના માટે પૂરે-પૂરી સ્વતંત્રતા પ્રાપ્ત કરવાની જરૂર છે.

સુભાષ બાબૂ મજૂરોથી સહાનુભૂતિ રાખે છે અને એમની સ્થિતિ સુધારવા ઈચ્છે છે. પંડિતજી એક ક્રાંતિ કરીને આખી વ્યવસ્થાને બદલી દેવા ઈચ્છે છે. સુભાષ ભાવુક છે - દિલ માટે. નૌજવાનોને ઘણું બધું આપી રહ્યા છે, પણ માત્ર દિલ માટે. બીજો યુગાન્તરકારી છે, જે દિલની સાથે-સાથે દિમાગને પણ ઘણું બધું આપી રહ્યો છે.

અર્થાત્ આપણા સમાજવાદી સિદ્ધાંતો અનુસાર પૂર્ણ સ્વરાજ હોવું જોઈએ, જે યુગાન્તરકારી રીતો વગર પ્રાપ્ત નથી થઈ શકતું. માત્ર સુધાર અને વર્તમાન સરકારની મશીનરીન ધીમે-ધીમે કરવામાં આવેલી મરામત જનતા માટે વાસ્તવિક

સ્વરાજ્ય નથી લાવી શકતી.

આ એમના વિચારોનું ઠીક-ઠાક સ્વરૂપ છે. સુભાષ બાબૂ રાષ્ટ્રીય રાજનીતિની તરફ એટલા સમયસુધી જ ધ્યાન આપવાનું જરૂરી સમજે છે, જેટલા સમય સુધી દુનિયાની રાજનીતિમાં હિન્દુસ્તાનની રક્ષા અને વિકાસનો સવાલ છે, પરંતુ પંડિતજી રાષ્ટ્રીયતાના સંકીર્ણ દાયરાઓમાંથી બહાર નીકળીને ખુલ્લા મેદાનમાં આવી ગયા છે.

હવે સવાલ એ છે કે, આપણી સામે બંને વિચાર આવી ગયા છે. આપણે કઈ તરફ ઝૂકવું જોઈએ. એક પંજાબી સમાચાર પત્રએ સુભાષની પ્રશંસાના પુલ બાંધીને પંડિતજી વગેરે વિશે કહ્યું હતું કે, આવા વિદ્રોહી પથ્થરો પર માથું પટકી-પટકીને મરી જાય છે. ધ્યાન રાખવું જોઈએ કે, પંજાબ પ્હેલાં જ ખૂબ ભાવુક પ્રાંત છે. લોકો જલ્દી જ જોશમાં આવી જાય છે અને જલ્દી જ ફીણની જેમ બેસી જાય છે.

સુભાષ આજે કદાચ દિલને કશું ભોજન આપવા ઉપરાંત કોઈ બીજો માનસિક ખોરાક નથી આપી રહ્યા. હવે જરૂર એ વાતની છે કે, પંજાબના નૌજવાનોએ આ યુગાન્તરકારી વિચારોને ખૂબ સમજી-વિચારીને પાક્કા કરી લેવા જોઈએ. આ સમયે પંજાબને માનસિક ભોજનની સખ્ત જરૂર છે અને આ પંડિત જવાહરલાલ નેહરૂથી જ મળી શકે છે. એનો અર્થ એ નથી કે, એમના અંધ પેરોકાર બની જવું જોઈએ, પરંતુ જ્યાં સુધી વિચારોનો સંબંધ છે, ત્યાં સુધી આ સમયે પંજાબી નૌજવાનોએ એમની સાથે લાગી જવું જોઈએ, જેથી તેઓ ઇંકલાબનો વાસ્તવિક અર્થ, હિન્દુસ્તાનને ઇંકલાબની જરૂર, દુનિયામાં ઇંકલાબનું સ્થાન ક્યાં છે, વગેરે વિશે જાણી શકે. સમજી-વિચારીને નૌજવાન પોતાના વિચારોને સ્થિર કરે જેથી નિરાશા, ઉદાસી અને પરાજયના સમયમાં પણ ભટકાવના શિકાર ના થાય અને એકલા ઊભા થઈને દુનિયાનો સામનો કરવામાં અડગ રહી શકે. આ જ રીતે જનતા ઇંકલાના ધ્યેયને પૂરો કરી શકે છે.

★

વિદ્યાર્થી અને રાજનીતિ

(૧૯૨૮)

આ મહત્ત્વપૂર્ણ રાજનીતિક મુદ્દા પર આ લેખ જુલાઈ, ૧૯૨૮માં 'કિરતી'માં છપાયો હતો. એ દિવસોમાં અનેક નેતા વિદ્યાર્થીઓને રાજનીતિમાં હિસ્સો ન લેવાની સલાહો આપતા હતા, જેમના જવાબમાં આ લેખ ખૂબ મહત્ત્વપૂર્ણ છે. આ લેખ સમ્પાદકીય વિચારોમાં છપાયો હતો અને સંભવતઃ ભગતસિંહનો લખેલો છે.

આ વાતની ખૂબ મોટી બૂમો સંભળાઈ રહી છે કે, વાંચવાવાળા નૌજવાન (વિદ્યાર્થી) રાજનીતિક કે પોલિટિકલ કામોમાં હિસ્સો ના લે. પંજાબ સરકારનો અભિપ્રાય બિલકુલ જ ન્યારો છે. વિદ્યાર્થીથી કૉલેજમાં દાખલ થવાથી પહેલાં એ આશયની શરત પર હસ્તાક્ષર કરાવવામાં આવે છે કે, તેઓ પોલિટિકલ કામોમાં હિસ્સો નહીં લે. આગળ આપણું દુર્ભાગ્ય કે લોકોની તરફથી પસંદ થયેલો મનોહર, જે હવે શિક્ષણમંત્રી છે, સ્કૂલો-કૉલેજોના નામે એક સર્ક્યુલર કે પરિપત્ર મોકલે છે કે કોઈ ભણવા કે ભણાવવાવાળો પૉલિટિક્સમાં હિસ્સો ના લે. થોડા દિવસ થયા, જ્યારે લાહોરમાં સ્ટૂડેન્ટ્સ યૂનિયન કે વિદ્યાર્થી સભા તરફથી વિદ્યાર્થી-સપ્તાહ મનાવવામાં આવી રહ્યું હતું. ત્યાં પણ સર અબ્દુલ કાદર અને પ્રોફેસર ઈશ્વરચન્દ્ર નંદાએ એ વાત પર ભાર આપ્યો કે વિદ્યાર્થીઓએ પૉલિટિક્સમાં હિસ્સો ના લેવો જોઈએ.

પંજાબને રાજનીતિક જીવનમાં સૌથી પછાત (Politically backward) કહેવામાં આવે છે. એનું શું કારણ છે? શું પંજાબે બલિદાન ઓછા કર્યા છે? શું પંજાબે મુસીબતો ઓછી સહન કરી છે? પછી શું કારણ છે કે, આપણે આ મેદાનમાં સૌથી પાછળ છીએ? એનું કારણ સ્પષ્ટ છે કે, આપણા શિક્ષણ વિભાગના અધિકારી લોકો બિલકુલ જ બુદ્ધૂ છે. આજે પંજાબ કાઉન્સિલની કાર્યવાહી વાંચીને એ વાતની સારી રીતે જાણ ચાલે છે કે, એનું કારણ એ છે કે આપણું શિક્ષણ બકવાસ થાય છે અને વ્યર્થ હોય છે અને વિદ્યાર્થી-યુવા-જગત પોતાના દેશની વાતોમાં કોઈ હિસ્સો નથી લેતું. એમને આ સંબંધમાં કોઈ પણ જ્ઞાન નથી હોતું. જ્યારે તેઓ ભણીને નીકળે છે, ત્યારે એમનામાંથી કેટલાક જ આગળ ભણે છે, પરંતુ તેઓ એવી

કાચી-કાચી વાતો કરે છે કે, સાંભળીને સ્વયં જ અફસોસ કરીને બેસી જવા સિવાય કોઈ ચારો નથી હોતો. જે નૌજવાનોએ કાલે દેશની બાગડોર હાથમાં લેવાની છે, એમને આજે અકલના અંધ બનાવવાનો પ્રયાસ કરવામાં આવી રહ્યો છે. એના જે પરિણામ નીકળશે, તે આપણે ખુદ જ સમજી લેવા જોઈએ. એ આપણે માનીએ છીએ કે, વિદ્યાર્થીઓનું મુખ્ય કામ અભ્યાસ કરવાનું છે, એમણે પોતાનું પૂરું ધ્યાન એ તરફ લગાવી દેવું જોઈએ, પરંતુ શું દેશની પરિસ્થિતિઓનું જ્ઞાન અને એમના સુધાર વિચારવાની યોગ્યતા પેદા કરવી એ શિક્ષણમાં સામેલ નથી? જો નથી, તો અમે એ શિક્ષણને પણ નકામું સમજીએ છીએ, જે માત્ર ક્લાર્કવેડા કરવા માટે જ પ્રાપ્ત કરવામાં આવે. એવા શિક્ષણની જરૂર જ શું છે? થોડો વધારે ચાલાક માણસ એ કહે છે - ''કાકા તમે પોલિટિક્સ અનુસાર ભણો અને વિચારો જરૂર, પરંતુ કોઈ વ્યાવહારિક હિસ્સો ના લો. તમે અધિક યોગ્ય થઈને દેશ માટે ફાયદાકારક સાબિત થશો.''

વાત ખૂબ સુંદર લાગે છે, પરંતુ અમે એને પણ રદ કરીએ છીએ, કેમ કે આ પણ માત્ર ઉપરી વાત છે. આ વાતથી એ સ્પષ્ટ થઈ જાય છે કે, એક દિવસ વિદ્યાર્થી પુસ્તક 'Appeal to the young', 'Prince Kropotkin' (નૌજવાનોના નામે અપીલ, પ્રિંસ ક્રોપોટકિન) વાંચી રહ્યો હતો. એક પ્રોફેસર સાહેબ કહેવા લાગ્યા, આ કઈ પુસ્તક છે? અને આ તો કોઈ બંગાળીનું નામ નજરે પડે છે! છોકરો બોલી પડ્યો - પ્રિંસ ક્રોપોટકિનનું નામ ખૂબ પ્રસિદ્ધ છે. તેઓ અર્થશાસ્ત્રના વિદ્વાન હતા. આ નામથી પરિચિત હોવું પ્રત્યેક પ્રોફેસર માટે ખૂબ જરૂરી હતું. પ્રોફેસરની યોગ્યતા પર છોકરો હસી પણ પડ્યો અને પછી એણે કહ્યું - આ રૂસી સજ્જન હતા. બસ! રૂસી! કહેર તૂટી પડ્યો! પ્રોફેસરે કહ્યું કે, ''તું બોલ્વેશિક છે, કેમ કે તું પોલિટિકલ પુસ્તક વાંચે છે.''

જુઓ તમે પ્રોફેસરની યોગ્યતા ! હવે એ બિચારા વિદ્યાર્થીઓને એમનાથી શું શીખવાનું છે? એવી સ્થતિમાં તે નૌજવાન શું શીખી શકે છે?

બીજી વાત એ છે કે, વ્યાવહારિક રાજનીતિ શું હોય છે? મહાત્મા ગાંધી, જવાહરલાલ નેહરૂ અને સુભાષચન્દ્ર બોસનું સ્વાગત કરવું અને ભાષણ સાંભળવું તો થઈ વ્યાવહારિક રાજનીતિ પણ કમીશન કે વાઇસરૉયનું સ્વાગત કરવાનું એ શું થ્યું? શું તેઓ પોલિટિક્સનું બીજું પાસું નથી? સરકારો અને દેશોના પ્રબંધથી સંબંધિત કોઈપણ વાત પોલિટિક્સના મેદાનમાં જ ગણવામાં આવશે તો આ પણ પોલિટિક્સ થયું કે નહીં? કહેવામાં આવશે કે, એનાથી સરકાર ખુશ થાય છે અને બીજીથી નારાજ? પછી સવાલ તો સરકારની ખુશી કે નારાજગીનો થયો. શું વિદ્યાર્થીઓએ જન્મતા જ ખુશામતનો પાઠ ભણાવવામાં આવવો જોઈએ? અમે તો સમજીએ છીએ કે, જ્યાં સુધી હિન્દુસ્તાનમાં વિદેશી ડાકૂ શાસન કરી રહ્યા છે,

ત્યાં સુધી વફાદારી કરવાવાળા વફાદાર નથી, બલ્કે ગદ્દાર છે, માણસ નહીં, પશુ છે, પેટના ગુલામ છે. તો આપણે કયા પ્રકારે કહીએ કે, વિદ્યાર્થી વફાદારીનો પાઠ ભણે.

બધા માને છે કે, હિન્દુસ્તાનને આ સમયે એવા દેશ-સેવકોની જરૂર છે, જે તન-મન-ધન દેશ પર અર્પિત કરી દે અને પાગલોની જેમ આખી ઉંમર દેશની આઝાદી માટે ન્યોછાવર કરી દે. પરંતુ શું વૃદ્ધોમાં એવા માણસ મળી શકશે? શું પરિવાર અને દુનિયાદારીની ઝંઝટોમાં ફસાયેલા શાણા લોકોમાંથી એવા લોકો નીકળી શકશે? આ તો એ જ નૌજવાન નીકળી શકે છે, જે કોઈ ઝંઝાળોમાં ના ફસાયેલા હોય એ ઝંઝાળોમાં પડવાથી પહેલા વિદ્યાર્થી કે નૌજવાન ત્યારે જ વિચારી શકે છે, જો એમણે કોઈ વ્યાવહારિક જ્ઞાન પણ પ્રાપ્ત કર્યું હોય. માત્ર ગણિત અને જ્યોગ્રૉફીની જ પરીક્ષાના પરચાઓ માટે રટ્ટા ના લગાવ્યા હોય.

શું ઇંગ્લેન્ડના બધા વિદ્યાર્થીઓનું કૉલેજ છોડીને જર્મનીની વિરુદ્ધ લડવા માટે નીકળી પડવું પોલિટિક્સ ન હતું? ત્યારે આપણા ઉપદેશક ક્યાં હતા, જે એમનાથી કહેતા - જાઓ, જઈને શિક્ષણ પ્રાપ્ત કરો. આજે નેશનલ કૉલેજ, અમદાવાદના જે છોકરા સત્યાગ્રહના બારડોલીવાળાઓની સહાયતા કરી રહ્યા છે, શું તેઓ એમ જ મૂર્ખ રહી જશે? જોઈએ છીએ, એમની તુલનામાં પંજાબની વિશ્વવિદ્યાલય કેટલા યોગ્ય માણસ પેદા કરે છે? બધા દેશોન આઝાદ કરાવવાવાળા ત્યાંના વિદ્યાર્થી અને નૌજવાન જ હોય છે. શું હિન્દુસ્તાનના નૌજવાન અલગ-અલગ રહીને પોતાનું અને પોતાના દેશનું અસ્તિત્વ બચાવી શકશે? નૌજવાનો ૧૯૧૯માં વિદ્યાર્થીઓ પર કરવામાં આવેલા અત્યાચાર ભૂલી નથી શકતા. તેઓ અ પણ સમજે છે કે, એમને ક્રાંતિની જરૂર છે. તેઓ ભણે. જરૂર ભણે! સાથે જ પોલિટિક્સનું પણ જ્ઞાન પ્રાપ્ત કરે અને જ્યારે જરૂર હોય તો મેદાનમાં કૂદી પડે અને પોતાના જીવનને એ જ કામમાં લગાવી દે. પોતાના પ્રાણોને એમાં જ ઉત્સર્ગ કરી દે. નહીંતર બચવાનો કોઈ ઉપાય નજરે નથી આવતો.

★

હિન્દુસ્તાન સોશલિસ્ટ રિપબ્લિકન ઍસોસિએશનનો ઘોષણા પત્ર (૧૯૨૮)

લાહોર કૉંગ્રેસમાં વહેંચવામાં આવેલા આ દસ્તાવેજને મુખ્ય રીતે ભગવતીચરણ વોહરાએ લખ્યો હતો. દુર્ગા ભાભી અને અન્ય ક્રાન્તિકારી સાથીઓએ એને ત્યાં વિતરિત કર્યા. સી.આઈ.ડી.એ એને પકડી લીધો હતો અને એના જ કાગળોમાં એની પ્રતિ મળી.

સ્વતંત્રતાનો છોડ શહીદોના રક્તથી ઉછરે છે. ભારતમાં સ્વતંત્રતાનો છોડ ઉછેરવા માટે દશકોથી ક્રાંતિકારી પોતાનું રક્ત વહાવી રહ્યા છે. ખૂબ ઓછા લોકો છે, જે એમના મનમાં પાળેલા આદર્શોની ઉચ્ચતા તથા એમના મહાન બલિદાનો પર પ્રશ્નચિહ્ન લગાવે, પરંતુ એમની કાર્યવાહીઓ ગુપ્ત હોવાના કારણે એમના વર્તમાન ઈરાદા અને નીતિઓ વિશે દેશવાસી અંધારામાં છે, આથી હિન્દુસ્તાન સોશલિસ્ટ રિપબ્લિકન ઍસોસિએશને આ ઘોષણાપત્ર જારી કરવાની જરૂર મહેસૂસ કરી છે.

વિદેશીઓની ગુલામીથી ભારતની મુક્તિ માટે આ ઍસોસિએશન સશસ્ત્ર સંગઠન દ્વારા ભારતમાં ક્રાંતિ માટે દૃઢ સંકલ્પ છે. ગુલામ રાખેલા લોકોની તરફથી સ્પષ્ટ રીતે વિદ્રોહથી પહેલા ગુપ્ત પ્રચાર અને ગુપ્ત તૈયારીઓ હોવી જરૂરી છે. જ્યારે દેશ ક્રાન્તિની એ અવસ્થામાં આવી જાય છે, ત્યારે વિદેશી સરકાર માટે એને રોકવો મુશ્કેલ થઈ જાય છે. તે થોડી વાર સુધી તો એની સામે ટકી શકે છે, પરંતુ એનું ભવિષ્ય હંમેશાં માટે સમાપ્ત થઈ ચુક્યું હોય છે. માનવીય સ્વભાવ ભ્રમપૂર્ણ અને યથાસ્થિતિવાદી હોવાના કારણે ક્રાન્તિથી એક પ્રકારનો ભય પ્રગટ કરે છે. સામાજિક પરિવર્તન હંમેશાં જ તાકાત અને વિશેષ સુવિધાઓ માંગવાવાળાઓ માટે ભય પેદા કરે છે. ક્રાન્તિ એક એવો ચમત્કાર છે, જેને પ્રકૃતિ સ્નેહ કરે છે અને જેના વગર કોઈ પ્રગતિ નથી થઈ શકતી- ના પ્રકૃતિમાં, ના માણસના કારોબારમાં. ક્રાન્તિ નિશ્ચય જ સમજ્યા-વિચાર્યા વગરની હત્યાઓ અને આગજનીની હેવાન ચળવળ નથી અને ના તો અહીં-તહીં થોડાં બૉમ્બ

ફેંકવા અને ગોળીઓ ચલાવવાની; અને ના તો આ સભ્યતાના બધા નિશાન મિટાવવા તથા સમયોચિત ન્યાય અને સમતાના સિદ્ધાંતને ખતમ કરવાની છે. ક્રાન્તિ કોઈ નિરાશાથી પેદા થયેલ દર્શન પણ નથી અને ના તો સરફરોશોનો કોઈ સિદ્ધાંત છે. ક્રાન્તિ ઈશ્વર વિરોધી હોઈ શકે છે, પરંતુ મનુષ્ય વિરોધી નહીં. આ એક મજબૂત અને જીવતી તાકાત છે. નવા અને જૂનાના, જીવન જીવતા મોતનો, રોશની અને અઁધારાના આંતરિક દ્વન્દ્વનું પ્રદર્શન છે, કોઈ સંયોગ નથી. ના કોઈ સંગીતમય એકરસતા છે અને ના તો કોઈ તાલ છે, જે ક્રાન્તિ વગર આવી હોય. 'ગોળીઓના રાગ' જેના વિશે કવિ ગાય છે, સત્ય રહિત થઈ જશે જો ક્રાન્તિને સમૂચી સૃષ્ટિથી ખતમ કરી દેવામાં આવે. ક્રાન્તિ એક નિયમ છે, ક્રાન્તિ એક આદેશ છે અને ક્રાન્તિ એક સત્ય છે.

આપણાં દેશના નૌજવાનોએ આ સત્યને ઓળખી લીધું છે. એમણે ખૂબ મુશ્કેલીઓ સહન કરીને એ પાઠ શીખ્યો છે કે, ક્રાંતિથી અફરાતફરી વગર, કાનૂની ગુંડાગર્દી અને નફરતની જગ્યાએ, જે આજકાલ બધી તરફ ફેલાયેલી છે - વ્યવસ્થા, કાનૂન પરસ્તી અને પ્રેમ સ્થાપિત નથી કરી શકાતો. આપણી આશીર્વાદભરી ધરતી પર કોઈને એવો વિચાર ના આવવો જોઈએ કે આપણા નૌજવાન બેજવાબદાર છે. તેઓ પૂરી રીતે જાણે છે કે તેઓ ક્યાં ઊભા છે. એમનાથી વધીને કોને ખબર છે કે, એમનો માર્ગ કોઈ ફૂલોની પથારી નથી. સમય-સમય પર એમણે પોતાના આદર્શો માટે ખૂબ મોટી કિંમત ચુકાવી છે. આ કારણે આ કોઈના મુખથી ના નીકળવું જોઈએ કે, નૌજવાન ઉતાવળાપણામાં કોઈ સામાન્ય વાતોની પાછળ લાગેલા છે.

આ કોઈ સારી વાત નથી કે, આપણા આદર્શો પર કીચડ ઉછાળવામાં આવે છે. એ પર્યાપ્ત હશે જો તમે જાણો કે આપણા વિચાર અત્યંત મજબૂત અને તેજ-તર્રાર છે, જે ના માત્ર આપણને આગળ વધારે છે, બલ્કે ફાંસીના તખ્તા પર પણ હસવાની હિંમત આપે છે.

આજકાલ એ ફેશન થઈ ગઈ છે કે, અહિંસા વિશે અંધાધુંધ અને નિરર્થક વાત કરવામાં આવે. મહાત્મા ગાંધી મહાન છે અને અમે એમના સન્માન પર કોઈપણ આંચ નથી આવવા દેવા ઈચ્છતા, પરંતુ અમે એ દૃઢતાથી કહી શકીએ છીએ કે, અમે દેશને સ્વતંત્ર કરાવવાની એમની રીતને પૂર્ણરીતે નામંજૂર કરીએ છીએ. જો અમે દેશમાં ચલાવવામાં આવી રહેલા એમના અસહયોગ આંદોલન દ્વારા લોક જાગૃતિમાં એમની ભાગીદારી માટે એમને સલામ ના કરીએ, તો આ અમારા માટે શરમજનક હશે, પરંતુ અમારા માટે મહાત્મા અસંભવતાઓના એક દાર્શનિક છે. અહિંસા ભલે જ એક નેક આદર્શ છે, પરંતુ એ અતીતની વસ્તુ છે. જે સ્થિતિમાં આજે આપણે છીએ, માત્ર અહિંસાનમાર્ગથી ક્યારેય પણ આઝાદી પ્રાપ્ત નથી કરી શકતા. દુનિયા માથા સુધી હથિયારોથી સજ્જ છે અને (એવી)

દુનિયા આપણા પર હાવી છે. શાંતિની બધી વાતો પ્રામાણિક હોઈ શકે છે, પરંતુ આપણે જે ગુલામ કોમ છીએ, આપણે જૂઠ્ઠા સિદ્ધાંતોના માધ્યમથી પોતાના માર્ગ પરથી ના ભટકવું જોઈએ. અમે પૂછીએ છીએ કે, જ્યારે દુનિયાનું વાતાવરણ હિંસની લૂંટ અને ગરીબની લૂંટથી ભરેલું છે, ત્યારે દેશને અહિંસાના માર્ગ પર ચલાવવાનો શું તર્ક છે? અમે પોતાના પૂરા બળની સાથે કહીએ છીએ કે, કોમના નૌજવાનને કાચી નિદ્રાના એવા સપનાઓથી મનાવી નથી શકાતા.

અમે હિંસામાં વિશ્વાસ રાખીએ છીએ- ખુદમાં અંતિમ લક્ષ્યના રૂપમાં નહીં, બલ્કે એક નેક પરિણામ સુધી પહોંચવા માટે અપનાવવામાં આવેલી રીતના સંબંધે. અહિંસાના પેરોકાર અને સાવધાનીના વકીલ એ વાત તો માને છે કે, અમે એમના વિશ્વાસ પર ચાલવા અને એના માટે કષ્ટ સહન કરવા માટે તૈયાર રહીએ છીએ. તો શું અમારે આથી પોતાના સાથીઓની સામૂહિક માતાની બલિવેદી પર બલિદાનોની ગણતરી કરાવવી પડશે? અંગ્રેજી સરકારની જેલોની ચારદીવાલોની અંદર આત્મા કંપાવી દેવા અને દિલની ધડકન પકડવાવાળા કેટલાય દૃશ્ય ખેલાઈ ચુક્યા છે. અમને અમારી આતંકવાદી નીતિના કાણે કેટલીયવાર સજાઓ થઈ છે. અમારો જવાબ છે કે, ક્રાન્તિકારીઓનો મુદ્દો આતંકવાદ નથી હોતો; તો પણ અમે એ વિશ્વાસ રાખીએ છીએ કે, આતંકવાદના માર્ગથી જ ક્રાન્તિ આવશે. પણ એમાં કોઈ શંકા નથી કે, ક્રાન્તિકારી બિલકુલ દુરસ્ત વિચારે છે કે, અંગ્રેજી સરકારનું મુખ વાળવા માટે આ રીતોનો ઉપયોગ કરવો જ અસરકારક રીત છે.

અંગ્રેજોની સરકાર આથી ચાલે છે, કેમ કે તેઓ સમગ્ર ભારતને ભયભીત કરવામાં સફળ થયા છે. આપણે આ સરકારની દહેશતનો કઈ રીતે સામનો કરીએ? માત્ર ક્રાન્તિકારીઓ તરફથી સામનાની દહેશત જ એમની દહેશતને રોકવામાં સફળ થઈ શકે છે. સમાજમાં એક લાચારીની ઊંડી ભાવના ફેલાયેલી છે. આ ખતરનાક ઉદાસીને કેવી રીતે દૂર કરવામાં આવે? માત્ર બલિદાનની આત્માને જગવીને ગુમાવેલા આત્મવિશ્વાસને જગાવી શકાય છે. આતંકવાદનું એક આંતરરાષ્ટ્રીય પાસું પણ છે. ઈંગ્લેન્ડના વધારે શત્રુ છે, જે આપણી તાકાતના પૂર્ણ પ્રદર્શનથી આપણી મદદ કરવા માટે તૈયાર છે. આ પણ એક મોટો લાભ છે.

ભારત સામ્રાજ્યવાદના જુગારની નીચે પિસાઈ રહ્યો છે, એમાં કરોડો લોકો આજે અજ્ઞાનતા અને ગરીબીના શિકાર થઈ રહ્યાં છે. ભારતની ખૂબ મોટી જનસંખ્યા જે શ્રમિકો અને ખેડૂતોની છે, એમને વિદેશી દબાવ તેમજ આર્થિક લૂંટે પસ્ત કરી દીધા છે. ભારતના મહેનતકશ વર્ગની હાલત આજે ખૂબ ગંભીર છે. એની સામે બેવડું જોખમ છે - વિદેશી પૂંજીવાદનું એક તરફથી અને ભારતીય પૂંજીવાદના દગાથી ભરેલા હુમલાનું બીજી તરફથી જોખમ છે. ભારતીય પૂંજીવાદ વિદેશી પૂંજીની સાથે દરરોજ ખૂબ જ ગઠજોડ કરી રહ્યો છે. કેટલાક રાજનૈતિક નેતાઓનું ડોમિનયન (પ્રભુતાસંપન્ન)નું રૂપ સ્વીકાર કરવું પણ હવાના આ જ

વલણને સ્પષ્ટ કરે છે.

ભારતીય પૂંજીપતિ ભારતીય લોકોને દગો આપીને વિદેશી પૂંજીપતિથી વિશ્વાસઘાતની કિંમતના રૂપમાં સરકારમાં કેટલોક હિસ્સો પ્રાપ્ત કરવા ઇચ્છે છે. આ જ કારણે મહેનતકશની તમામ આશાઓ હવે માત્ર સમાજવાદ પર ટકી છે અને માત્ર એ જ પૂર્ણ સ્વરાજ અને બધા ભેદભાવ સમાપ્ત કરવામાં સહાયક થઈ શકે છે. દેશનું ભવિષ્ય નૌજવાનોના સહારે છે. એ જ ધરતીનાં પુત્ર છે. એમની દુઃખ સહન કરવાની તત્પરતા, એમના બેખોફ અને લહેરાતા બલિદાનોને દર્શાવે છે કે, ભારતનું ભવિષ્ય એમના હાથમાં સુરક્ષિત છે. એક અનુભૂતિમય પળમાં દેશબન્ધુ દાસે કહ્યું હતું, ''નૌજવાન ભારત માતાની શાન તેમજ આશાઓ આંદોલનની પાછળ એમની પ્રેરણા છે, એમનું બલિદાન છે અને એમની જીત છે. આઝાદાના માર્ગ પર મશાલો લઈને ચાલનારાઓ આ જ છે. મુક્તિના માર્ગ પર આ તીર્થયાત્રી છે.''

ભારતીય રિપબ્લિકના નૌજવાનો, સૈનિકો, કતારબદ્ધ થઈ જાઓ. આરામની સાથે ઊભા ના રહો અને ના તો નિરર્થક કદમતાલ કરતા જાઓ. લાંબી દરિદ્રતાને, જે તમને નાકારા કરી રહી છે, હંમેશાં માટે ઉતારી ફેંકો. તમારું ખૂબ જ પ્રામાણિક મિશન છે. દેશના દરેક ખૂણા અને દરેક દિશામાં વિખેરાઈ જાઓ અને ભાવિ ક્રાન્તિ માટે, જેનું આવવું નિશ્ચિત છે, લોકોને તૈયાર કરો. ફરજના બિગુલનો અવાજ સાંભળો. એમ જ જિંદગી વ્યર્થ ના ગુમાવો. વધો, તમારી જિન્દગીની દરેક પળ એ પ્રકારની રીત અને તરકીબ શોધવામાં લાગવી જોઈએ કે, કેવી રીતે પોતાની પુરાતન ધરતીની આંખોમાં જવાળા જાગે અને એક લાંબી અંગડાઈ લઈને જાગે. અંગ્રેજ સામ્રાજ્યની વિરુદ્ધ નવયુવકોના ઉર્વર હૃદયોમાં એક ઉકસાહટ અને નફરત ભરી દો, એવા બીજ નાખો જે ઊગે અને મોટા વૃક્ષ બની જાય કેમ કે આ બીજોને તમે પોતાના ગરમ રક્તના જળથી સીંચશો. ત્યારે એક ભયાનક ભૂચાલ આવશે, જે મોટા ધમાકાથી ખોટી વસ્તુઓને નષ્ટ કરી અને સામ્રાજ્યવાદના મહેલને કચડીને ધૂળમાં મિલાવી દેશે અને આ બરબાદી મહાન હશે.

ત્યારે, અને માત્ર ત્યારે જ, એક ભારતીય કોમ જાગશે, જે પોતાના ગુણો અને શાનથી માણસાઈને હેરાન કરી દેશે, જ્યારે ચાલાક અને બળવાન હંમેશાંથી કમજોર લોકોથી હેરાન રહી જશે. ત્યારે જ વ્યક્તિગત મુક્તિ પણ સુરક્ષિત થશે અને મહેનતકશની સરદારી અને પ્રભુસત્તાને સત્કારવામાં આવશે. અમે એવી જ ક્રાન્તિના આવવાનો સંદેશ આપી રહ્યાં છીએ. ક્રાન્તિ અમર રહે!

- કરતાર સિંહ

અધ્યક્ષ

(રિપબ્લિકન પ્રેસ, અરહવન, ભારતથી પ્રકાશિત.)

★

ભગતસિંહનો પત્ર સુખદેવના નામ
(એપ્રિલ ૧૯૨૯)

ભગતસિંહ લાહોરના નેશનલ કૉલેજના વિદ્યાર્થી હતા. એક સુંદર છોકરી આવતાં-જતાં એમને જોઈને હસી પડતી હતી અને માત્ર ભગતસિંહના કારણે તે પણ ક્રાન્તિકારી દળની નજીક આવી ગઈ. જ્યારે ઍસેમ્બલીમાં બૉમ્બ ફેંકવાની યોજના બની રહી હતી, તો ભગતસિંહને દળની જરૂરિયાત બતાવીને સાથીઓએ એમને એ જવાબદારી સોંપવાથી મનાઈ કરી દીધી. ભગતસિંહના અંતરંગ મિત્ર સુખદેવે એમને ટોણો માર્યો કે, તું મરવાથી ડરે છે અને એવું એ છોકરીના કારણથી છે. આ આરોપથી ભગતસિંહનું હૃદય રોઈ ઊઠ્યું અને એમણે ફરીથી દળની મિટિંગ બોલાવી અને ઍસેમ્બલીમાં બૉમ્બ ફેંકવાની જવાબદારી ભાર આપીને પોતાના નામે કરાવી. ૮ એપ્રિલ, ૧૯૨૯એ ઍસેમ્બલીમાં બૉમ્બ ફંકવાથી પહેલા સંભવતઃ ૫ એપ્રિલે દિલ્લીના સીતારામ બજારના ઘરમાં એમણે સુખદેવને આ પત્ર લખ્યો હતો, જેને શિવ વર્માએ એમના સુધી પહોંચાડ્યો. આ ૧૩ એપ્રિલે સુખદેવની ધરપકડના સમયે એમની પાસેથી જપ્ત કરવામાં આવ્યો અને લાહોરના ષડ્યંત્ર કેસમાં પુરાવા તરીકે રજૂ કરવામાં આવ્યો.

પ્રિય ભાઈ!

જેવો જ આ પત્ર તને મળશે, હું જઈ ચુક્યો હોઈશ- દૂર એક મંઝિલની તરફ. હું તને વિશ્વાસ અપાવવા ઇચ્છું છું કે, આજે ખૂબ ખુશ છું. હંમેશાં કરતાં વધારે. હું યાત્રા માટે તૈયાર છું, અનેક-અનેક મધુર સ્મૃતિઓ હોવા અને પોતના જીવનની બધી ખુશીઓના હોવા છતાં પણ એક વાત મારા મનમાં ડંખી રહી છે કે, મારા ભાઈએ, મારા પોતાના ભાઈએ મને ખોટો સમજ્યો અને મારા પર ખૂબ જ ગંભીર આરોપ લગાવ્યો-કમજોરીનો. આજે હું પૂરી રીતે સંતુષ્ટ છું. પહેલાં કરતાં ક્યાંય વધારે. આજે હું મહેસૂસ કરું છું કે, એ વાત કશું પણ ન હતી, એક

ગેરસમજ હતી. મારા ખુલ્લા વ્યવહારને મારું વાતોડિયાપણું સમજવામાં આવ્યું અને મારી આત્મસ્વીકૃતિને મારી કમજોરી. હું કમજોર નથી. પોતાનાઓમાંથી કોઈથી પણ કમજોર નહીં.

ભાઈ! હું સાફ દિલથી વિદાય થઈશ. શું તું પણ સાફ હોઈશ? આ તારી મોટી દયાળુતા હશે, પરંતુ ધ્યાન રાખજે કે તારે ઉતાવળમાં કોઈ પગલું ના ઉઠાવવું જોઈએ. ગંભીરતા અને શાંતિથી તારે કામને આગળ વધારવાનં છે, ઉતાવળમાં તક મેળવી લેવાનો પ્રયત્ન ના કરતો. જનતા પ્રતિ તારા કેટલાક કર્તવ્ય છે, એને નિભાવતાં-નિભાવતાં કામને નિરંતર સાવધાનીથી કરતો રહેજે.

સલાહની રીતે હું કહેવા ઈચ્છીશ કે, શાસ્ત્રી મને પહેલાં કરતાં વધારે સારા લાગી રહ્યા છે. હું એમને મેદાનમાં લાવવાનો પ્રયાસ કરીશ, બસ શરત એ કે તેઓ સ્વેચ્છાથી, અને સાફ-સાફ વાત એ છે કે, નિશ્ચિત રૂપથી, એક અંધકારમય ભવિષ્ય પ્રતિ સમર્પિત થવા તૈયાર હોય. એમને બીજા લોકોની સાથે મળવા દો અને એમના હાવ-ભાવનું અધ્યયન થવા દો. જો તેઓ ઠીક ભાવનાથી પોતાનું કામ કરશે, તો ઉપયોગી અને ખૂબ જ મૂલ્યવાન સિદ્ધ થશે, પરંતુ જલ્દી ના કરતો. તું સ્વયં સારો નિર્ણાયક હોઈશ. જેવી સુવિધા હોય, તેવી વ્યવસ્થા કરજે. આવો ભાઈ, હવે આપણે ખૂબ ખુશ થઈ જઈએ.

ખુશીના વાતાવરણમાં હું કહી શકું છું કે, જે પ્રશ્ન પર આપણો વિવાદ છે, એમાં પોતાનો પક્ષ લીધા વગર નથી રહી શકતો. હું પૂરા જોરથી કહું છું કે, હું આશાઓ અને આકાંક્ષાઓથી ભરપૂર છું અને જીવનની આનંદમયી રંગીનીઓથી ઓત-પ્રોત છું, પણ જરૂરના સમયે બધું જ બલિદાન કરી શકું છું અને આ જ વાસ્તવિક બલિદાન છે. આ વસ્તુઓ ક્યારેય મનુષ્યના માર્ગમાં અડચણ નથી બની શકતી, બસ શરત એ કે, તે મનુષ્ય હોય. નજીકના ભવિષ્યમાં જ તને પ્રત્યક્ષ પ્રમાણ મળી જશે.

કોઈ વ્યક્તિના ચરિત્ર વિશે વાતચીત કરતાં એક વાત વિચારવી જોઈએ કે, શું પ્રેમ ક્યારેય કોઈ મનુષ્ય માટે સહાયક સિદ્ધ થયો છે? હું આ જ પ્રશ્નનો ઉત્તર આપું છું - હા, આ મેજિની હતો. તે અવશ્ય જ વાંચ્યું હશે કે, પોતાની પ્રથમ વિદ્રોહી અસફળતા, મનને કચડી નાખતી હાર, મરેલા સાથીઓની યાદ તે સહન કરી શકતો ન હતો. તે પાગલ થઈ જતો કે આત્મહત્યા કરી લેતો, પરંતુ પોતાની પ્રેમિકાના એક જ પત્રથી તે, એટલું જ નહીં કે કોઈ એકથી મજબૂત થઈ ગયો, બલ્કે બધાથી વધારે મજબૂત થઈ ગયો.

જ્યાં સુધી પ્રેમના નૈતિક સ્તરનો સંબંધ છે, હું એ કહી શકું છું કે, એ પોતાનામાં કશું નથી, સિવાય એક આવેગ, પરંતુ આ પાશવિક વૃત્તિ નથી, એક માનવીય અત્યંત મધુર ભાવના છે. પ્રેમ સ્વયંમાં ક્યારેય પણ પાશવિક વૃત્તિ નથી. પ્રેમ તો હંમેશાં મનુષ્યના ચરિત્રને ઉપર ઉઠાવે છે. સાચા પ્રેમને ક્યારેય દાટી નથી શકાતો,

તે પોતાના જ માર્ગથી આવે છે, પરંતુ કોઈ નથી કહી શકતું કે ક્યારે?

હા, હું એ કહી શકું છું કે, એક યુવક અને એક યુવતી આપસમાં પ્રેમ કરી શકે છે અને તેઓ પોતાના પ્રેમના સહારે આવેગોથી ઉપર ઊઠી શકે છે, પોતાની પવિત્રતા જાળવીને રાખી શકે છે. હું અહીં એક વાત સ્પષ્ટ કરી દેવા ઇચ્છું છું કે, જ્યારે મેં કહ્યું હતું કે, પ્રેમ માણસની કમજોરી છે, તો આ એક સાધારણ માણસ માટે કહ્યું ન હતું, જે સ્તર પર કે સામાન્ય માણસ હોય છે. તે એક અત્યંત આદર્શ સ્થિતિ છે, જ્યાં મનુષ્ય પ્રેમ-ઘૃણા વગેરેના આવેગો પર કાબૂ મેળવી લેશે, જ્યારે મનુષ્ય પોતાના કાર્યોનો આધાર આત્માના નિર્દેશને બનાવી લેશે, પરંતુ આધુનિક સમયમાં આ કોઈ બુરાઈ નથી, બલ્કે મનુષ્ય માટે સારું અને લાભદાયક છે. મેં એક માણસના એક માણસથી પ્રેમની નિંદા કરી છે, પણ તે પણ એક આદર્શ સ્તર પર. એના હોવા છતાં પણ મનષ્યમાં પ્રેમની ઊંડી ભાવના હોવી જોઈએ, જેમ કે તે એક જ માણસમાં સીમિત ના કરી દે, બલ્કે વિશ્વમય રાખે.

હું વિચારું છું, મેં પોતાની સ્થિતિ હવે સ્પષ્ટ કરી દીધી છે. એક વાત હું તને બતાવવા ઇચ્છું છું કે, ક્રાંતિકારી વિચારોના રહેતા આપણે નૈતિકતાના સંબંધમાં આર્યસમાજી ઢંગની કટ્ટર ધારણા નથી અપનાવી શકતા. આપણે વધી-વધીને વાત કરી શકીએ છીએ અને એને સરળતાથી છુપાવી શકીએ છીએ, પણ અસલ જિંદગીમાં આપણે જલ્દી થર-થર કાંપવાનું શરૂ કરી દઈએ છીએ.

હું તને કહીશ કે, આ છોડી દો. શું હું પોતાના મનમાં કોઈ ખોટા અંદાજ વગર ઊંડી નમ્રતાની સાથે નિવેદન કરી શકું છું કે, તારામાં જે અતિ આદર્શવાદ છે, એને જરા ઓછો કરી દે અને એમની તરફથી તીખા ના રહો, જે પાછળ રહેશે અને મારા જેવી બીમારીનો શિકાર હશે. એમની ભર્ત્સના કરીને એમના દુઃખો, તકલીફોને ના વધારતો. એમને તારી સહાનુભૂતિની જરૂર છે.

શું હું એ આશા કરી શકું છું કે, કોઈ ખાસ વ્યક્તિથી દ્વેષ રાખ્યા વગર તું એમની સાથે હમદર્દી કરીશ, જેમને એની સૌથી વધારે જરૂર છે? પરંતુ તું ત્યાં સુધી આ વાતોને નહીં સમજી શકે, જ્યાં સુધી તું સ્વયં એ વસ્તુનો શિકાર ના બને. હું આ બધું કેમ લખી રહ્યો છું? હું બિલકુલ સ્પષ્ટ થવા ઇચ્છતો હતો. મેં પોતાનું દિલ સાફ કરી દીધું છે.

તારી દરેક સફળતા અને પ્રસન્ન જીવનની કામના સહિત,

- તારો ભાઈ
ભગતસિંહ

★

ઍસેમ્બલી હૉલમાં ફેંકવામાં આવેલી ચિઠ્ઠી
(એપ્રિલ ૧૯૨૯)

૮ એપ્રિલ, સન્ ૧૯૨૯એ ઍસેમ્બલીમાં બૉમ્બ ફેંક્યા પછી ભગતસિંહ અને બટુકેશ્વર દત્ત દ્વારા વહેંચવામાં આવેલી ચિઠ્ઠીનું ગુજરાતી અનુવાદ.

હિન્દુસ્તાન સમાજવાદી પ્રજાતાન્ત્રિક સેના

સૂચના

''બહેરાઓને સંભળાવવા માટે ખૂબ ઊંચા અવાજની જરૂર હોય છે,'' પ્રસિદ્ધ ફ્રાંસીસી અરાજકતાવાદી શહીદ વેલિયાંના આ અમર શબ્દ અમારા કામના ઔચિત્યના સાક્ષી છે.

છેલ્લા દસ વર્ષોમાં બ્રિટિશ સરકારે શાસન-સુધારના નામ પર આ દેશનું જે અપમાન કર્યું છે, એની કથની દોહરાવવાની જરૂર નથી અને ના તો હિન્દુસ્તાની પાર્લામેન્ટ કહેવાતી આ સભાએ ભારતીયના રાષ્ટ્ર માથા પર પથ્થર ફેંકીને એનું જે અપમાન કર્યું છે, એના ઉદાહરણોને યાદ અપાવવાની જરૂર છે. આ બધું સર્વવિદિત અને સ્પષ્ટ છે. આજે ફરી જ્યારે લોકો 'સાઈમન કમીશન'થી કેટલાક સુધારાઓના ટુકડાઓની આશામાં આંખો ફેલાવીને બેઠા છે અને આ ટુકડાઓના લૌભમાં આપસમાં ઝગડી રહ્યા છે, વિદેશી સરકાર 'સાર્વજનિક સુરક્ષા વિધેયક' (પબ્લિક સેફ્ટી બિલ) અને 'ઔદ્યોગિક વિવાદ વિધેયક' (ટ્રેડ્સ ડિસ્પ્યૂટ્સ બિલ)ના રૂપમાં પોતાના દમનને વધારે કડક કરી લેવાનો યત્ન કરી રહી છે. એની સાથે જ આવનારા અધિવેશનમાં 'અખબારો દ્વારા રાજદ્રોહ રોકવાનો કાયદો' (પ્રેસ સેડિશન ઍક્ટ) જનતા પર કસવાની ધમકી આપવામાં આવી રહી છે. સાર્વજનિક કામ કરતા શ્રમિક નેતાઓની અંધાધુંધ ધરપકડો એ સ્પષ્ટ કરી દે છે કે, સરકાર કયા વલણ પર ચાલી રહી છે.

રાષ્ટ્રીય દમન અને અપમાનની આ ઉત્તેજનાપૂર્ણ પરિસ્થિતિમાં પોતાની જવાબદારીની ગંભીરતાને મહેસૂસ કરી 'હિન્દુસ્તાન સમાજવાદી પ્રજાતંત્ર સંઘ'એ

પોતાની સેનાને એ પગલું ઉઠાવવાની આજ્ઞા આપી છે. આ કાર્યનું પ્રયોજન છે કે, કાયદાની આ અપમાનજનક મજાક સમાપ્ત કરી દેવામાં આવે. વિદેશી શોષક નોકરશાહી જે ભલે કરે, પરંતુ એની વૈધાનિકતાનો નકાબ ફાડી દેવો જરૂરી છે.

જનતાના પ્રતિનિધિઓથી અમારો આગ્રહ છે કે, તેઓ આ પાર્લામેન્ટના પાખંડને છોડીને પોત-પોતાના નિર્વાચન ક્ષેત્રોમાં પરત જાય અને જનતાને વિદેશી દમન અને શોષણની વિરુદ્ધ ક્રાંતિ માટે તૈયાર કરે. અમે વિદેશી સરકારને એ બતાવી દેવા ઇચ્છીએ છીએ કે, અમે 'સાર્વજનિક સુરક્ષા અને ઔદ્યોગિક વિવાદ'ના દમનકારી કાયદાઓ અને લાલા લાજપતરાયની હત્યાના વિરોધમાં દેશની જનતાની તરફથી આ પગલું ઉઠાવી રહ્યા છીએ.

અમે મનુષ્યના જીવનને પવિત્ર સમજીએ છીએ. અમે એવા ઉજ્જવળ ભવિષ્યમાં વિશ્વાસ રાખીએ છીએ, જેમાં પ્રત્યેક વ્યક્તિને પૂર્ણ શાંતિ અને સ્વતંત્રતાનો અવસર મળી શકે. અમે માણસનું લોહી વહાવવાની પોતાની વિવશતા પર દુ:ખી છીએ, પરંતુ ક્રાંતિ દ્વારા સૌને સમાન સ્વતંત્રતા આપવા અને મનુષ્ય દ્વારા મનુષ્યના શોષણને સમાપ્ત કરી દેવા માટે ક્રાંતિમાં કોઈને કોઈ રક્તપાત અનિવાર્ય છે.

ઈંકલાબ ઝિંદાબાદ !

હ. બલરાજ

કમાંડર ઈન ચીફ

★

બૉમ્બકાંડ પર સેશન કોર્ટમાં નિવેદન
(જૂન, ૧૯૨૯)

ભગતસિંહ અને બટુકેશ્વર દત્ત દ્વારા ઍસેમ્બલીમાં બૉમ્બ ફેંક્યા પછી ૬ જૂન, ૧૯૨૯એ દિલ્લીના સેશન જજ મિ. લિયોનાર્ડ મિડિલ્ટનની અદાલતમાં આપવામાં આવેલું ઐતિહાસિક નિવેદન.

અમારી ઉપર ગંભીર આરોપ લગાવવામાં આવ્યા છે. આથી એ જરૂરી છે કે, અમે પણ પોતાની સફાઈમાં કેટલાક શબ્દ કહીએ. અમારા કથિત અપરાધના સંબંધમાં નિમ્નલિખિત પ્રશ્ન ઊઠે છેઃ

૧. શું હકીકતમાં ઍસેમ્બલીમાં બૉમ્પ ફેંકવામાં આવ્યા હતા, જો હા તો કેમ?
૨. નીચલી અદાલતમાં અમારા ઉપર જે આરોપ લગાવાયા છે, તે સાચા છે કે ખોટા?

પ્રથમ પ્રશ્નના પ્રથમ ભાગ માટે અમારો ઉત્તર સ્વીકારાત્મક છે, પરંતુ તથાકથિત નજરે જોનારા સાક્ષીઓએ આ મામલામાં જે સાક્ષી આપી છે તે સરાસર જૂઠ્ઠી છે. કેમ કે અમે બૉમ્બ ફેંકવાથી ઈનકાર નથી કરી રહ્યા આથી અહીં આ સાક્ષીઓના નિવેદનોની સચ્ચાઈની પરખ પણ થઈ જવી જોઈએ. ઉદાહરણ માટે, અમે અહીં બતાવી દેવા ઇચ્છીએ છીએ કે, સાર્જેન્ટ ટેરીનું એ કહેવું કે, એમણે અમારામાંથી એકની પાસેથી પિસ્તોલ જપ્ત કરી, એક સફેદ જૂઠ માત્ર છે, કેમ કે જ્યારે અમે ખુદને પોલીસના હાથોમાં સોંપ્યા, તો અમારામાંથી કોઈની પાસે પિસ્તોલ ન હતી. જે સાક્ષીઓએ કહ્યું કે, એમણે અમને બૉમ્બ ફેંકતા જોયા હતા, તેઓ જૂઠ્ઠું બોલે છે. ન્યાય તથા નિષ્કપટ વ્યવહારને સર્વોપરિ માનતા લોકોએ આ જૂઠ્ઠી વાતોથી એક પાઠ ભણવો જોઈએ. સાથે જ અમે સરકારી વકીલના ઉચિત વ્યવહાર તથા અદાલતના અત્યાર સુધીના ન્યાયસંગત વલણને પણ સ્વીકાર કરીએ છીએ.

પ્રથમ પ્રશ્નના બીજા ભાગનો ઉત્તર આપણે આ બૉમ્બકાંડ જેવી ઐતિહાસિક ઘટનાના વિસ્તારમાં જવું પડશે. અમે એકામ કોઈ અભિપ્રાયથી તથા કઈ પરિસ્થિતિઓની વચ્ચે કર્યું, એની પૂરી તેમજ સ્પષ્ટ સફાઈ જરૂરી છે.

જેલમાં અમારી પાસે કેટલાક પોલીસ અધિકારી આવ્યા હતા. એમણે અમને

બતાવ્યું કે, લૉર્ડ ઈર્વિને આ ઘટના પછી જ ઍસેમ્બલીના બંને સદનના સમ્મિલિત અધિવેશનમાં કહ્યું છે કે, ''આ વિદ્રોહ કોઈ વ્યક્તિ વિશેષની વિરુદ્ધ નથી, બલ્કે સંપૂર્ણ શાસન-વ્યવસ્થાની વિરુદ્ધ હતો.'' આ સાંભળીને અમે તુરંત સમજી ગયા કે, લોકોએ અમારા આ કામના ઉદ્દેશ્યને સાચી રીતે સમજી લીધો છે.

માનવતાને પ્રેમ કરવામાં અમે કોઈથી પાછળ નથી. અમને કોઈથી વ્યક્તિગત દ્વેષ નથી અને અમે પ્રાણીમાત્રને હંમેશાં આદરની નજરથી જોતા આવ્યા છીએ. અમે ના તો બર્બરતાપૂર્ણ ઉપદ્રવ કરવાવાળા દેશના કલંક છીએ, જેમ કે સોશલિસ્ટ કહેવાતા દીવાન ચમનલાલે કહ્યું છે, અને ના તો અમે પાગલ છીએ, જેમ કે લાહોરના 'ટ્રિબ્યૂન' તથા કેટલાક અન્ય અખબારોએ સિદ્ધ કરવાનો પ્રયાસ કર્યો છે. અમે તો માત્ર પોતાના દેશના ઈતિહાસ, એની વર્તમાન પરિસ્થિતિઓ તથા અન્ય મનોવાંચિત આકાંક્ષાઓના મનનશીલ વિદ્યાર્થી હોવાનું વિનમ્રતાપૂર્વક દાવો પણ કરી શકીએ છીએ. અમને ઢોંગ તથા પાખંડથી નફરત છે.

એક અપકારજનક સંસ્થા

આ કામ અમે કોઈ વ્યક્તિગત સ્વાર્થ અથવા વિદ્વેષની ભાવનાથી નથી કર્યું. અમારો ઉદ્દેશ્ય માત્ર એ શાસન-વ્યવસ્થા વિરુદ્ધ પ્રતિવાદ કરવાનો હતો, જેના દરેક કામથી એની અયોગ્યતા જ નહીં, બલ્કે અપકાર કરવાની એની અસીમ ક્ષમતા પણ પ્રગટ થાય છે. આ વિષય પર અમે જેટલો વિચાર કર્યો, એટલો જ અમને એ વાત પર દૃઢ વિશ્વાસ થતો ગયો કે, તે માત્ર સંસારની સામે ભારતની શરમજનક તથા અસહાય અવસ્થાનો ઢિંઢોરો પીટવા માટે જ કાયમ છે અને તે એક બિનજવાદાર તથા નિરંકુશ શાસનનું પ્રતીક છે.

જનતાના પ્રતિનિધિઓએ કેટલીય વાર રાષ્ટ્રીય માંગોને સરકારની સામે રાખી, પરંતુ એણે એ માંગોની સર્વથા અવહેલન કરીને દરેક વખતે એને રદ્દીની ટોકરીમાં નાખી દીધી. સદન દ્વારા પાસ કરવામાં આવેલા ગંભીર પ્રસ્તાવોને ભારતની તથાકથિત પાર્લામેન્ટની સામે જ તિરસ્કારપૂર્વક પગ નીચે કચડવામાં આવ્યા છે, દમનકારી તથા નિરંકુશ કાયદાઓને સમાપ્ત કરવાની માંગ કરતા પ્રસ્તાવોને હંમેશાં અવજ્ઞાની દૃષ્ટિથી જોવામાં આવ્યા છે અને જનતા દ્વારા નિર્વાચિત સદસ્યોએ સરકારના જે કાયદાઓ તથા પ્રસ્તાવોને અવાંછિત તેમજ અવૈધાનિક બતાવીને રદ કરી દીધા હતા, એમને માત્ર કલમ હલાવીને જ સરકારે લાગુ કરી લીધા છે.

સંક્ષેપમાં, ઘણું વિચાર્યા પછી પણ એક એવી સંસ્થાના અસ્તિત્વનું ઔચિત્ય અમારી સમજમાં નથી આવી શક્યું જે, છતાં એ તમામ શાનો-શૌકતના, જેનો આધાર ભારતના કરોડો મહેનતકશોની પરસેવાની કમાણી છે, માત્ર દિલને બહેલાવવાવાલી, થોથી, બનાવટી અને શરારતોથી ભરેલી એક સંસ્થા છે. અમે

સાર્વજનિક નેતાઓની મનોવૃત્તિન સમજી શકવામાં પણ અસમર્થ છીએ. અમારી સમજમાં નથી આવતું કે, અમારા નેતાગણ ભારતની અસહાય પરતંત્રતાની મજાક ઉડાવવાવાળા આટલા સ્પષ્ટ તેમજ પૂર્વનિયોજિત પ્રદર્શનો પર સાર્વજનિક સંપત્તિ તેમજ સમય બરબાદ કરવામાં સહાયક કેમ બને છે.

અમે આ જ પ્રશ્નો તથા મજૂર આંદોલનના નેતાઓની ધરપકડ પર વિચાર કરી જ રહ્યા હતા કે, સરકાર ઔદ્યોગિક વિવાદ વિધેયક લઈનેસામે આવી. અમે આ સંબંધમાં ઍસેમ્બલીની કાર્યવાહી જોવા ગયા. ત્યાં અમારો એ વિશ્વાસ વધારે દૃઢ થઈ ગયો કે, ભારતની લાખો મહેનતકશ જનનતા એક એવી સંસ્થા પાસેથી કોઈ વાતની પણ આશા નથી કરી શકતી, જે ભારતની લાચાર મહેનતકશોની દાસતા તથા શોષકોની ગળાઘોંટૂ શક્તિની હાનિકારક યાદગાર છે.

અંતમાં એ કાયદો, જેને અમે બર્બર તેમજ અમાનવીય સમજીએ છીએ, દેશના પ્રતિનિધિઓના માથા પર પટકી દેવામાં આવ્યો અને આ પ્રકારે કરોડો સંઘર્ષરત ભૂખ્યા મજૂરોને પ્રાથમિક અધિકારોથી પણ વંચિત કરી દેવામાં આવ્યા અને એમના હાથોથી એમની આર્થિક મુક્તિનો એકમાત્ર હથિયાર પણ છીનવી લેવામાં આવ્યું. જે કોઈએ પણ કમરતોડ પરિશ્રમ કરવાવાળા મૂક મહેનતકશોની હાલત પર અમારી જેમ વિચાર્યું છે, તે કદાચ સ્થિર મનથી આ બધું નહીં જોઈ શકે. બલિના બકરાઓની જેમ શોષકો અને સૌથી મોટી શોષક સ્વયં સરકાર છે- એની બલિવેદી પર આંતરે દિવસે થવાવાળી મજૂરોની આ મૂક કુરબાનીઓને જોઈને જે કોઈનું દિલ રોવે છે, તે પોતાની આત્માની ચીત્કારની ઉપેક્ષા નથી કરી શકતો.

ગવર્નર જનરલની કાર્યકારિણી સમિતિના ભૂતપૂર્વ સદસ્ય સ્વર્ગીય શ્રી. એસ.આર. દાસે પોતાના પ્રસિદ્ધ પત્રમાં પોતાના પુત્રને લખ્યું હતું કે, ઇંગ્લેન્ડની સ્વપ્નનિદ્રા ભંગ કરવા માટે બૉમ્બનો ઉપયોગ જરૂરી હતો. શ્રી દાસના આ જ શબ્દોને સામે રાખીને અમે ઍસેમ્બલી ભવનમાં બૉમ્બ ફેંક્યા હતા. અમે એ કામ મજૂરોની તરફથી પ્રતિરોધ પ્રદર્શિત કરવા માટે કર્યું હતું. એ અસહાય મજૂરોની પાસે પોતાના મર્માન્તક ક્લેશોને વ્યક્ત કરવાનું કોઈ અન્ય સાધન પણ તો ન હતું. અમારો એકમાત્ર ઉદ્દેશ્ય હતો, ‘બહેરાઓને સંભળાવવું’ અને એ પીડિતોની માંગો પર ધ્યાન ન આપવાવાળી સરકારને સમય રહેતા ચેતવણી આપવી.

અમારી જ જેમ બીજાઓની પણ પરોક્ષ ધારણા છે કે, પ્રશાંત સાગરરૂપી ભારતીય માનવતાની ઉપરી શાંતિ કોઈપણ સમયે ફૂટી પડવાવાળા એક ભીષણ તોફાનની દ્યોતક છે. અમે તો એ લોકોને માત્ર ખતરાની ઘંટી વગાડી છે, જે આવનારા ભયાનક ખતરાની પરવાહ કર્યા વગર તેજ ગતિથી આગળની તરફ ભાગતા જઈ રહ્યાં છે. અમે લોકોને માત્ર એ બતાવી દેવા ઇચ્છીએ છીએ કે, ‘કાલ્પનિક અહિંસા’નો યુગ હવે સમાપ્ત થઈ ચુક્યો છે અને આજની ઉભરતી નવી પેઢીને એની વ્યર્થતામાં કોઈ પણ પ્રકારનો સંદેહ નથી રહી ગયો.

માનવતા પ્રતિ હાર્દિક સદ્ભાવ તથા અમિત પ્રેમ રાખવાના કારણે એને વ્યર્થના રક્તપાતથી બચાવવા માટે અમે ચેતવણી આપવાના આ ઉપાયનો સહારો લીધો અને એ આવનારા રક્તપાતને અમે જ નહીં, લાખો માણસ પેહલાંથી જ જોઈ રહ્યા છે.

કાલ્પનિક અહિંસા

ઉપર અમે 'કાલ્પનિક અહિંસા' શબ્દનો પ્રયોગ કર્યો છે. અહીં એની વ્યાખ્યા કરી દેવી જરૂરી છે. આક્રામક ઉદ્દેશ્યથી જ્યારે બળનો પ્રયોગ થાય છે, એને હિંસા કહે છે એ નૈતિક દૃષ્ટિકોણથી એને ઉચિત નથી કહી શકાતો, પરંતુ જ્યારે એનો ઉપયોગ કોઈ વૈધ આદર્શ માટે કરવામાં આવે છે, તો એનું નૈતિક ઔચિત્ય પણ હોય છે. કોઈ હાલતમાં બળ-પ્રયોગ ના થવો જોઈએ, આ વિચાર કાલ્પનિક અને અવ્યાવહારિક છે. અહીં દેશમાં જે નવું આંદોલન ઝડપથી ઉઠી રહ્યું છે અને જેની પૂર્વ સૂચના અમે આપી ચુક્યા છીએ તે ગુરુ ગોવિન્દસિંહ, શિવાજી, કમાલ પાશા, રિજા ખાન, વૉશિંગટન, ગેરીબાલ્ડી, લફાયત અને લેનિનના આદર્શોથી જ પ્રસ્ફુરિત છે અને એમના જ પદચિહ્નો પર ચાલી રહ્યા છીએ. કેમ કે ભારતની વિદેશી સરકાર તથા અમારા રાષ્ટ્રીય નેતાગણ બંને જ આ આંદોલનની તરફથી ઉદાસીન લાગે છે અને જાણીજોઈને એની પોકારની તરફથી પોતાના કાન બંધ કરવાનો પ્રયત્ન કરી રહ્યા છે. આથી, અમે પોતાનું કર્તવ્ય સમજ્યું કે, અમે એક એવી ચેતવણી આપીએ, જેની અવહેલના ના કરી શકાય.

અમારો અભિપ્રાય

હજુ સુધી અમે આ ઘટનાના મૂળ ઉદ્દેશ્ય પર જ પ્રકાશ ફેંક્યો છે. હવે અમે પોતાનો અભિપ્રાય સ્પષ્ટ કરી દેવા ઇચ્છીએ છીએ.

એ બતાવવાની જરૂર નથી કે, આ ઘટનાના સિલસિલામાં સામાન્ય ઈજા થયેલા વ્યક્તિઓ અથવા ઍસેમ્બલીના કોઈ અન્ય વ્યક્તિ પ્રતિ અમારા દિલોમાં કોઈ વૈયક્તિક વિદ્વેષની ભાવના ન હતી. એના વિપરીત અમે એકવાર ફરી સ્પષ્ટ કરી દેવા ઇચ્છીએ છીએ કે, અમે માનવ-જીવનને અત્યંત પવિત્ર માનીએ છીએ અને કોઈ અન્ય વ્યક્તિને ઠેસ પહોંચાડવાના બદલે અમે માનવ-જાતિની સેવામાં હસતાં-હસતાં પોતાના પ્રાણ વિસર્જિત કરી દઈશું. અમે સામ્રાજ્યવાદની સેનાના ભાડાના સૈનિકો જેવા નથી, જેમનં કામ જ હત્યા હોય છે. અમે માનવ-જીવનનો આદર કરીએ છીએ અને બરાબર એની રક્ષાનો પ્રયત્ન કરીએ છીએ. એ પછી પણ અમે સ્વીકાર કરીએ છીએ કે, અમે જાણીજોઈને ઍસેમ્બલી ભવનમાં બૉમ્બ ફેંક્યા.

ઘટનાઓ સ્વયં અમારા અભિપ્રાય પર પ્રકાશ ફેંકે છે અને અમારા ઇરાદાઓની પરખ અમારા કામના પરિણામના આધાર પર થવી જોઈએ ના કે

અટકળ તેમજ મનઘડંત પરિસ્થિતિઓના આધાર પર. સરકારી વિશેષજ્ઞની સાક્ષીની વિરુદ્ધમાં અમારે એ કહેવું છે કે, ઍસેમ્બલી ભવનમાં ફેંકવામાં આવેલા બૉમ્બથી ત્યાંની એક ખાલી બેંચને જ થોડું નુકસાન પહોંચ્યું અને લગભગ અડધા ડઝન લોકોને સામાન્ય ઈજા માત્ર આવી. સરકારી વૈજ્ઞાનિકોએ કહ્યું કે, બૉમ્બ ખૂબ જોરદાર હતા અને એમનાથી વધારે નુકસાન ના થયું, એને એક અનહોની ઘટના જ કહેવી જોઈએ, પરંતુ અમારા વિચારથી એમને વૈજ્ઞાનિક ઢંગથી એવી રીતે જ બનાવવામાં આવ્યા હતા. પહેલી વાત, બંને બૉમ્બ બેન્ચો તથા ડેસ્કોની વચ્ચેની ખાલી જગ્યામાં જ પડ્યા હતા. બીજી, એમના ફૂટવાની જગ્યાથી બે ફૂટ પર બેઠેલા લોકોને પણ, જેનામાં શ્રી પી.આર. રાઉ, શ્રી શંકર રાવ તથા સર જૉર્જ શુસ્ટરના નામ ઉલ્લેખનીય છે, અથવા તો બિલકુલ જ ઈજા ના આવી અથવા માત્ર સામાન્ય આવી. જો એ બૉમ્બોમાં જોરદાર પોટેશિયમ ક્લોરેટ અને પિક્રિક ઍસિડ ભર્યું હોત, જેમ કે સરકારી વિશેષજ્ઞએ કહ્યું છે, તો આ બૉમ્બોએ એ લાકડીના ઘેરાને તોડીને થોડા ગજની દૂરી પર ઊભેલા લોકો સુધીને ઉડાવી દીધા હોત અને જો એમાં કોઈ અન્ય પણ શક્તિશાળી વિસ્ફોટક ભર્યો હોત, તો નિશ્ચય જ તે ઍસેમ્બલીના મોટાભાગના સદસ્યોને ઉડાવી દેવામાં સમર્થ હોત. એટલું જ નહીં, જો અમે ઇચ્છતા તો એમને સરકારી કક્ષમાં ફેંકી શકતા હતા, જે વિશિષ્ટ વ્યક્તિઓથી ખચાખચ ભરેલો હતો. અથવા પછી એ સર જૉન સાઈમનને પોતાનું નિશાન બનાવી શકતા હતા, જેના આભાગા કમીશને પ્રત્યેક વિચારશીલ વ્યક્તિના હૃદયમાં એની તરફથી ઊંડી નફરત પેદા કરી દીધી હતી અને જે એ સમયે ઍસેમ્બલીની અધ્યક્ષ દીર્ઘામાં બેઠા હતા, પરંતુ આ પ્રકારનો અમારો કોઈ ઈરાદો ન હતો અને એ બૉમ્બોએ એટલું જ કામ કર્યું, જેટલા માટે એમને તૈયાર કરવામાં આવ્યા હતા. જો એનાથી કોઈ અનહોની ઘટના થઈ તો એ જ કે તે નિશાન પર અર્થાત્ નિરાપદ સ્થાન પર પડ્યા.

એક ઐતિહાસિક પાઠ

એના પછી અમે આ કાર્યનો દંડ ભોગવવા માટે સ્વયંને જાણીજોઈને પોલીસના હાથોમાં સમર્પિત કરી દીધા. અમે સામ્રાજ્યવાદી શોષકોને એ બતાવી દેવા ઇચ્છીતા હતા કે મુઠ્ઠીભર માણસોને મારીને કોઈ આદર્શને સમાપ્ત નથી કરી શકાતો અને ના તો બે નગણ્ય વ્યક્તિઓને કચડીને રાષ્ટ્રને દબાવી શકાય છે. અમે ઇતિહાસના આ પઠા પર ભાર આપવા ઇચ્છતા હતા કે, પરિચય-ચિહ્ન તથા બાસ્તીય (ફ્રાંસની કુખ્યાત જેલ, જ્યાં રાજનીતિક બંદીઓને ઘોર યાતનાઓ આપવામાં આવતી હતી) ફ્રાંસના ક્રાન્તિકારી આંદોલનને કચડવામાં સમર્થ થયા ન હતા ફાંસીના ફંદા અને સાઇબેરિયાની ખાણો રૂસી ક્રાન્તિની આગને ઓલવી શકી ન હતી. તો પછી, શું અધ્યાદેશ અને સેફ્ટી બિલ્સ ભારતમાં આઝાદીની

જ્યોતને ઓલવી શકશે? ષડ્યંત્રોની જાણ લગાવીને કે રચેલા ષડ્યંત્રો દ્વારા નૌજવાનોને સજા આપીને કે એક મહાન આદર્શના સ્વપ્નતી પ્રેરિત નવયુવકોને જેલોમાં ઠૂંસીને શું ક્રાન્તિનું અભિયાન રોકી શકાય છે? હા, સામયિક ચેતવણીથી, બસ શરત એ કે એની ઉપેક્ષા ના કરવામાં આવે, લોકોના જીવ બચાવી શકાય છે અને વ્યર્થની મુસીબતોથી એમની રક્ષા કરી શકાય છે. આગાહી આપવાનો આ ભાર પોતાની ઉપર લઈને, અમે પોતાનું કર્તવ્ય પૂરું કર્યું છે.

શું છે ક્રાન્તિ?

ભગતસિંહને નીચલી અદાલતમાં પૂછવામાં આવ્યું હતું કે, ક્રાન્તિથી એ લોકોનો શું અર્થ છે? આ પ્રશ્નના જવાબમાં એમણે કહ્યું હતું કે, ક્રાન્તિ માટે લોહીયાળ લડાઈઓ અનિવાર્ય નથી અને ના તો એમાં વ્યક્તિગત પ્રતિ હિંસા માટે કોઈ સ્થાન છે. તે બૉમ્બ અને પિસ્તોલની સમ્પ્રદાય નથી. ક્રાન્તિથી અમારો અભિપ્રાય છે અન્યાય પર આધારિત વર્તમાન સમાજ-વ્યવસ્થામાં આમૂલ પરિવર્તન.

સમાજનું મુખ્ય અંગ હોવા છતાં પણ આજે મજૂરોએને એમના પ્રાથમિક અધિકારથી વંચિત રાખવામાં આવી રહ્યા છે અને પરસેવાની કમાણીનું બધું ધન શોષક પૂંજીપતિ હડપ કરી જાય છે. બીજાઓના અન્નદાતા ખેડૂત આજે પોતાના પરિવાર સહિત દાણા-દાણા માટે તરસે છે. દુનિયાભરના બજારોને કપડા આપનારા વણકર પોતાના તથા પોતાના બાળકોનું તન ઢાંકવાભર પણ કપડા નથી મેળવી રહ્યા. સુંદર મહેલોનું નિર્માણ કરનારા રાજગીર, લોહાર તથા કડિયા સ્વયં ગંદા વાડાઓમાં રહીને જ પોતાની લીલા સમાપ્ત કરી દે છે. એના વિપરીત સમાજના જોંક શોષક પૂંજીપતિ જરા-જરા જેવી વાતો માટે લાખોના વારા-ન્યારા કરી દે છે.

આ ભયાનક અસમાનતા અને જબરદસ્તી લાદવામાં આવેલો ભેદભાવ દુનિયાને એક ખૂબ મોટી ઉથલ-પુથલની તરફ લઈ જઈ રહ્યો છે. આ સ્થિતિ વધારે દિવસો સુધી જળવાઈ નથી શકતી. સ્પષ્ટ છે કે, આજનો ધનિક સમાજ એક ભયાનક જ્વાળામુખીના મુખ પર બેસીને રંગરેલિયા મનાવી રહ્યો છે અને શોષકોના માસૂમ બાળકો તથા કરોડો શોષિત લોકો એક ભયાનક ખાઈની કગાર પર ચાલી રહ્યાં છે.

આમૂલ પરિવર્તનની જરૂરિયાત

સભ્યતાનો આ મહેલ જો સમય રહેતા સંભાળી ના લેવામાં આવ્યો તો જલ્દી જ કડડભૂસ થઈ જશે. દેશને એક આમૂલ પરિવર્તનની જરૂર છે અને જે લોકો આ વાતને મહેસૂસ કરે છે, એમનું કર્તવ્ય છે કે સામ્યવાદી સિદ્ધાંતો પર સમાજનું પુનિર્નિર્માણ કરે. જ્યાં સુધી એ નથી કરવામાં આવતું અને મનુષ્ય દ્વારા મનુષ્યનું તથા એક રાષ્ટ્ર દ્વારા બીજા રાષ્ટ્રનું શોષણ, જેને સામ્રાજ્યવાદ કહે છે, સમાપ્ત

નથી કરી દેવામાં આવતું, ત્યાં સુધી માનવતાને એના ક્લેશોથી છુટકારો મળવો અશક્ય છે, અને ત્યાં સુધી યુદ્ધોને સમાપ્ત કરી વિશ્વશાંતિના યુગનો પ્રાદુર્ભાવ કરવાની બધી વાતો માત્ર ઢોંગ સિવાય કશું પણ નથી. ક્રાન્તિથી અમારો અર્થ અન્તતોગત્વા એક એવી સમાજ-વ્યવસ્થાની સ્થાપના છે, જે આ પ્રકારના સંકટોથી મુક્ત હશે અને જેમાં સર્વહારા વર્ગનું આધિપત્ય સર્વસામાન્ય હશે અને જેના ફળસ્વરૂપ સ્થાપિત થવાવાળા વિશ્વ-સંઘ પીડિત માનવતાને પૂંજીવાદના બંધનોથી અને સામ્રાજ્યવાદી યુદ્ધની બરબાદીથી છુટકારો અપાવવમાં સમર્થ થઈ શકશે.

સામયિક ચેતવણી

આ છે અમારો આદર્શ અને આ જ આદર્શથી પ્રેરણા લઈને અમે એક સાચી તેમજ મજબૂત ચેતવણી આપી છે, પરંતુ જો અમારી આ ચેતવણી પર ધ્યાન ના આપવામાં આવ્યું અને વર્તમાન શાસન-વ્યવસ્થા ઉભરી રહેલી જનશક્તિના માર્ગમાં અડચણ અટકાવવાથી બાજ ના આવી, તો ક્રાન્તિના આ આદર્શની પૂર્તિ માટે એક ભયંકર યુદ્ધનું છેડાવું અનિવાર્ય છે. બધી બાધાઓને પાર કરીને આગળ વધતાં-વધતા, એ યુદ્ધના ફળસ્વરૂપ સર્વહારા વર્ગના અધિનાયકતંત્રની સ્થાપના થશે. આ અધિનાયકતંત્ર ક્રાન્તિના આદર્શોની પૂર્તિ માટે માર્ગ પ્રશસ્ત કરશે. ક્રાન્તિ માનવજાતિનો જન્મજાત અધિકાર છે, જેનું અપહરણ નથી કરી શકાતું. સ્વતંત્રતા પ્રત્યેક મનુષ્યનો જન્મસિદ્ધ અધિકાર છે. શ્રમિક વર્ગ જ સમાજનો વાસ્તવિક પોષક છે, જનતાની સર્વોપરિ સત્તાની સ્થાપના જ શ્રમિક વર્ગનું અંતિમ લક્ષ્ય છે. આ આદર્શો માટે અને આ વિશ્વાસ માટે અમને જે પણ દંડ આપવામાં આવશે, અમે એનું સહર્ષ સ્વાગત કરીશું. ક્રાન્તિની આ પૂજા-વેદી પર અમે પોતાનું યૌવન નૈવેદ્યના રૂપમાં લાવ્યા છીએ, કેમ કે આવા મહાન આદર્શ માટે મોટામાં મોટો ત્યાગ પણ ઓછો છે. અમે સંતુષ્ટ છીએ અને ક્રાન્તિના આગમનની ઉત્સુકતાપૂર્વક પ્રતીક્ષા કરી રહ્યા છીએ.

ઈંકલાબ ઝિન્દાબાદ!

(૬ જૂન, ૧૯૨૯)

★

વિદ્યાર્થીઓના નામે પત્ર
(ઑક્ટોબર, ૧૯૨૯)

ભગતસિંહ અને બટુકેશ્વર દત્ત તરફથી જેલથી મોકલાયેલો આ પત્ર ૧૯ ઑક્ટોબર, ૧૯૨૯એ પંજાબ છાત્ર સંઘ, લાહોરના બીજા અધિવેશનમાં વાંચીને સંભળાવવામાં આવ્યો હતો. અધિવેશનના સભાપતિ હતા સુભાષચંદ્ર બોસ.

આ સમયે અમે નૌજવાનોથી એ નથી કહી શકતા કે, તેઓ બૉમ્બ અને પિસ્તોલ ઉઠાવે. આજે વિદ્યાર્થીઓની સામે એનાથી પણ અધિક મહત્ત્વપૂર્ણ કામ છે. આવનારા લાહોર અધિવેશનમાં કૉંગ્રેસ દેશની આઝાદીની લડાઈ માટે જબરદસ્ત લડાઈની ઘોષણા કરવાની છે. રાષ્ટ્રીય ઇતિહાસની આ કઠિન ક્ષણોમાં નૌજવાનોના ખભાઓ પર ખૂબ મોટી જવાબદારી આવી પડશે. એ સત્ય છે કે, સ્વતંત્રતાના આ યુદ્ધમાં અગ્રિમ મોરચાઓ પર વિદ્યાર્થીઓએ મોત સાથે ટક્કર લીધી છે. શું પરીક્ષાના આ સમયમાં તેઓ એ જ પ્રકારની દઢતા અને આત્મવિશ્વાસનો પરિચય આપવાથી હિચકિચાશે? નૌજવાનોએ ક્રાન્તિનો આ સંદેશ દેશના ખૂણે-ખૂણામાં પહોંચડાવનો છે, ફેક્ટરી કારખાનાઓના ક્ષેત્રોમાં, ગંદી વસ્તીઓ અને ગામોની જર્જર ઝૂંપડીઓમાં રહેતા કરોડો લોકોમાં આ ક્રાન્તિની અલખ જગાવવાની છે, જેનાથી આઝાદી આવશે અને ત્યારે એક મનુષ્ય દ્વારા બીજા મનુષ્યનું શોષણ અસંભવ થઈ જશે.

પંજાબને એવું જ રાજનીતિક પ્રકારે પછાત માનવામાં આવે છે. એની પણ જવાબદારી યુવાવર્ગ પર જ છે. આજે તેઓ દેશ પ્રતિ પોતાની અસીમ શ્રદ્ધા અને શહીદ યતીન્દ્રનાથ દાસના મહાન બલિદાનથી પ્રેરણા લઈને એ સિદ્ધ કરી દે કે, સ્વતંત્રતાના આ સંઘર્ષમાં તેઓ દઢતાથી ટક્કર લઈ શકે છે.

(૨૨, ઑક્ટોબર, ૧૯૨૯ના ટ્રિબ્યૂન (લાહોર)માં પ્રકાશિત.)

★

સંપાદક, મૉડર્ન રિવ્યૂના નામે પત્ર
(ડિસેમ્બર, ૧૯૨૯)

ભગતસિંહે પોતાના વિચાર સ્પષ્ટ રૂપથી ભારતીય જનતાની સામે રાખ્યા. એમના વિચારમાં, ક્રાંતિની તલવાર વિચારોની ધારથી જ તેજ થાય છે. તેઓ વિચારધારાત્મક ક્રાન્તિકારી સ્થિતિ માટે સંઘર્ષ કરી રહ્યા હતા. પોતાના વિચારો પર થયેલા બધા હુમલાઓને એમણે તર્કપૂર્ણ ઉત્તર આપ્યા. આ હુમલો અંગ્રેજી સરકાર તરફથી કરવામાં આવેલા કે દેશી નેતાઓ તરફથી અખબારોમાં. શહીદ યતીન્દ્રનાથ દાસ ૬૩ દિવસની ભૂખ હડતાળ બાદ શહીદ થયા. 'મૉડર્ન રિવ્યૂ'ના સંપાદક રામાનન્દ ચટ્ટોપાધ્યાયે એમની શહાદત પછી ભારતીય જનતા દ્વારા શહીદ પ્રતિ કરવામાં આવેલા સન્માન અને એમના 'ઈંકલાબ ઝિંદાબાદ'ના નારાની આલોચના કરી. ભગતસિંહ અને બટુકેશ્વર દત્તે મૉડર્ન રિવ્યૂના સંપાદકને એમના એ સંપાદકીનો નિમ્નલિખિત ઉત્તર આપ્યો હતો.

શ્રી સંપાદકજી,
મૉડર્ન રિવ્યૂ

તમે પોતાના સન્માનિત પત્રના ડિસેમ્બર, ૧૯૨૯ના અંકમાં એક ટિપ્પણી 'ઈંકલાબ ઝિન્દાબાદ' શીર્ષકથી લખી છે અને આ નારાને નિરર્થક ઠેરવવાની ચેષ્ટા કરી છે. તમારા જેવા પરિપક્વ વિચારક તથા અનુભવી અને યશસ્વી સંપાદકની રચનામાં દોષ કાઢવો તથા એનો પ્રતિવાદ કરવો, જેને પ્રત્યેક ભારતીય સન્માનની દૃષ્ટિથી જુએ છે, અમારા માટે એક મોટી ધૃષ્ટતા હશે. તો પણ આ પ્રશ્નનો ઉત્તર આપવો અમે પોતાનું કર્તવ્ય સમજીએ છીએ કે આ નારાથી અમારો શું અભિપ્રાય છે.

એ જરૂરી છે, કેમ કે આ દેશમાં આ સમયે આ નારાને બધા લોકો સુધી પહોંચાડવાનું કાર્ય અમારા હિસ્સામાં આવ્યું છે. આ નારાની રનચા અમે નથી કરી. આ નારાનો રૂસના ક્રાંતિકારી આંદોલનમાં પ્રયોગ કરવામાં આવ્યો છે. પ્રસિદ્ધ સમાજવાદી લેખક અપ્ટન સિંક્લેયરે પોતાના ઉપન્યાસો 'બોસ્ટન' અને

'આઈલ'માં આ જ નારાનો કેટલાક અરાજકતાવાદી ક્રાન્તિકારી પાત્રોના મુખથી પ્રયોગ કરાવવામાં આવ્યો છે. એનો અર્થ શું છે? એનો અર્થ એ કદાપિ નથી કે, સશસ્ત્ર સંઘર્ષ હંમેશાં જારી રહે અને કોઈપણ વ્યવસ્થા અલ્પ સમય માટે પણ સ્થાયી ના રહી શકે. બીજા શબ્દોમાં, દેશ અને સમાજમાં અરાજકતા ફેલાયેલી રહે.

દીર્ઘકાળથી પ્રયોગમાં આવવાના કારણે આ નારાને એક એવી વિશેષ ભાવના પ્રાપ્ત થઈ ચુકી છે, જે સંભવ છે કે ભાષાના નિયમો તેમજ કોષના આધાર પર એના શબ્દોથી ઉચિત તર્કસમ્મત રૂપમાં સિદ્ધ ના થઈ શકે, પરંતુ એની સાથે જ આ નારાથી એ વિચારોને પૃથક નથી કરી શકાતો, જે એની સાથે જોડાયેલા છે. એવા સમસ્ત નારા એક એવા સ્વીકૃત અર્થના દ્યોતક છે, જે એક સીમા સુધી એમનામાં ઉત્પન્ન થઈ ગયા છે તથા એક સીમા સુધી એમાં નિહિત છે.

ઉદાહરણ માટે અમે યતીન્દ્રનાથ ઝિંદાબાદનો નારો લગાવીએ છીએ. એનાથી અમારું તાત્પર્ય એ હોય છે કે, એમના જીવનના મહાન આદર્શો તથા એ અથાગ ઉત્સાહને હંમેશાં-હંમેશાં માટ જાળવી રાખીએ, જેણે આ મહાનતન બલિદાનને એ આદર્શ માટે અકથનીય કષ્ટ સહન કરવા તેમજ અસીમ બલિદાન કરવાની પ્રેરણા આપી. આ નારો લગાવવાથી અમારી આ લાલસા પ્રગટ થાય છે કે, અમે પણ પોતાના આદર્શો માટે અચૂક ઉત્સાહને અપનાવીએ. આ જ એ ભાવના છે, જેની અમે પ્રશંસા કરીએ છીએ. એ જ પ્રકારે 'ઇંકલાબ' શબ્દનો અર્થ પણ કોરા શાબ્દિક રૂપમાં ના લગાવવો જોઈએ. આ શબ્દનો ઉચિત તેમજ અનુચિત પ્રયોગ કરવાવાળા લોકોના હિતોના આધાર પર એની સાથે વિભિન્ન અર્થ તેમજ વિભિન્ન વિશેષતાઓ જોડવામાં આવે છે. ક્રાન્તિકારીઓની દૃષ્ટિમાં આ એક પવિત્ર વાક્ય છે. અમે આ વાતને ટ્રિબ્યૂનલની સન્મુખ પોતાના વક્તવ્યમાં સ્પષ્ટ કરવાનો પ્રયાસ કર્યો હતો.

આ વક્તવ્યમાં અમે કહ્યું હતું કે, ક્રાંતિ (ઇંકલાબ)નો અર્થ અનિવાર્ય રૂપથી સશસ્ત્ર આંદોલન નથી હોતું. બૉમ્બ અને પિસ્તોલ ક્યારેક-ક્યારેક ક્રાંતિને સફળ બનાવવાના સાધન માત્ર હોઈ શકે છે. એમાં પણ સંદેહ નથી કે કેટલાક આંદોલનોમાં બૉમ્બ તેમજ પિસ્તોર એક મહત્ત્વપૂર્ણ સાધન સિદ્ધ થાય છે, પરંતુ માત્ર આ જ કારણથી બૉમ્બ અને પિસ્તોલ ક્રાંતિના પર્યાયવાચી નથી થઈ જતા. વિદ્રોહને ક્રાંતિ નથી કહી શકાતી, જો કે બની શકે છે કે, વિદ્રોહનું અંતિમ પરિણામ ક્રાંતિ હોય.

એક વાક્યમાં ક્રાન્તિ શબ્દનો અર્થ 'પ્રગતિ માટે પરિવર્તનની ભાવના તેમજ આકાંક્ષા' છે. લોકો સામાન્યરીતે જીવનની પરંપરાગત દશાઓની સાથે ચિપકી જાય છે અને પરિવર્તનન વિચારથી જ ધ્રૂજવા લાગે છે. આ જ એક અકર્મણ્યતાની ભાવના છે, જેના સ્થાન પર ક્રાનન્તિકારી ભાવના જાગ્રત કરવાની જરૂર છે. બીજા શબ્દોમાં કહી શકાય છે કે, અકર્મણ્યતાનું વાતાવરણ નિર્મિત થઈ જાય છે

અને રૂઢિવાદી શક્તિઓ માનવ સમાજને કુમાર્ગ પર લઈ જાય છે. આ જ પરિસ્થિતિઓ માનવ સમાજની ઉન્નતિમાં ગતિરોધનું કારણ બની જાય છે.

ક્રાન્તિની આ ભાવનાથી મનુષ્ય જાતિની આત્મા સ્થાયી રીતે ઓતપ્રોત રહેવી જોઈએ, જેનાથી કે રૂઢિવાદી શક્તિઓ માનવ સમાજની પ્રગતિની દોડમાં બાધા નાખવા માટે સંગઠિત ના થઈ શકે. એ જરૂરી છે કે, જૂની વ્યવસ્થા હંમેશાં ના રહે અને તે નવી વ્યવસ્થા માટે સ્થાન રિક્ત કરતી રહે, જેનાથી કે એક આદર્શ વ્યવસ્થા સંસારને બગડવાથી રોકી શકે. આ છે અમારો અભિપ્રાય, જેને હૃદયમાં રાખીને અમે 'ઇંકલાબ ઝિન્દાબાદ'નો નારો ઊંચો કરીએ છીએ.

- ભગતસિંહ, બી.કે. દત્ત

૨૨ ડિસેમ્બર, ૧૯૨૯

★

બૉમ્બના દર્શન
(જાન્યુઆરી ૧૯૩૦)

રાષ્ટ્રીય આંદોલન દરમિયાન ક્રાન્તિકારીઓની નિંદામાં ગાંધીજી બ્રિટિશ સરકારથી એક ડગલું આગળ રહેતા હતા. ૨૩ ડિસેમ્બર, ૧૯૨૯એ ક્રાંતિકારીઓએ બ્રિટિશ સામ્રાજ્યવાદના સ્તંભ વાયસરૉયની ગાડીને ઉડાવવાનો પ્રયાસ કર્યો, જે અસફળ રહ્યો. ગાંધીજીએ આ ઘટના પર એક કટુતાપૂર્ણ લેખ 'બૉમ્બની પૂજા' લખ્યો, જેમાં એમણે વાયસરૉયને દેશના શુભચિંતક અને નવયુવકોને આઝાદીના માર્ગમાં અડચણ નાખવાવાળા કહ્યા. આ જ જવાબમાં હિસપ્રસ તરફથી ભગવતીચરણ વોહરાએ 'બૉમ્બના દર્શન' લેખ લખ્યો, જેનું શીર્ષક 'હિન્દુસ્તાન પ્રજાતંત્ર સમાજવાદી સભાનો ઘોષણાપત્ર' રાખ્યું. ભગતસિંહે જેલમાં એને અંતિમ રૂપ આપ્યું. ૨૬ જાન્યુઆરી, ૧૯૩૦એ એને દેશભરમાં વહેચવામાં આવ્યો.

તાજેતરની જ ઘટનાઓ વિશેષ રૂપમાં ૨૩ ડિસેમ્બર, ૧૯૨૯એ વાયસરૉયની સ્પેશિયલ ટ્રેન ઉડાવવાનો જે પ્રયત્ન કરવામાં આવ્યો હતો, એની નિંદા કરતા કૉંગ્રેસ દ્વારા પારિત કરવામાં આવેલો પ્રસ્તાવ તથા યંગ ઇન્ડિયામાં ગાધીજી દ્વારા લખવામાં આવેલા લેખોથી સ્પષ્ટ થઈ જાય છે કે, ભારતીય રાષ્ટ્રીય કૉંગ્રેસે ગાંધીજી સાથે સાંઠ-ગાંઠ કરીને ભારતીય ક્રાંતિકારીઓની વિરુદ્ધ ઘોર આંદોલન પ્રારંભ કરી દીધું છે. જનતાની વચ્ચે ભાષણો તથા પત્રોના માધ્યમથી ક્રાંતિકારીઓની વિરુદ્ધ બરાબર પ્રચાર કરવામાં આવતો રહ્યો છે. અથવા તો એ જાણી જોઈને કરવામાં આવ્યું અથવા તો માત્ર અજ્ઞાનના કારણે એમના વિષયમાં ખોટો પ્રચાર થતો રહ્યો છે અને એમને ખોટા સમજવામાં આવી રહ્યા છે, પરંતુ ક્રાંતિકારી પોતાના સિદ્ધાંતો તથા કાર્યોની એવી આલોચનથી નથી ગભરાતા. બલ્કે તેઓ એવી આલોચનાનું સ્વાગત કરે છે, કેમ કે તેઓ એને એ વાતના સ્વર્ણાવસર માને છે કે, એવું કરવાતી એમને એ લોકોને ક્રાંતિકારીઓના મૂળભૂત સિદ્ધાંતો તથા ઉચ્ચ આદર્શોને, જે એમની પ્રેરણા તથા શક્તિના અનવરત સ્રોત છે, સમજાવવાનો અવસર મળે છે. આશા કરવામાં આવે છે કે, આ લેખ દ્વારા

સામાન્ય જનતાને એ જાણવાનો અવસર મળશે કે, ક્રાંતિકારી શું છે, એમની વિરુદ્ધ કરવામાં આવેલા ભ્રમાત્મક પ્રચારથી ઉત્પન્ન થવાવાળી ગેરસમજોથી એમને બચાવી શકાય.

પહેલા આપણે હિંસા અને અહિંસાના પ્રશ્ન પર જ વિચાર કરીએ. અમારા વિચારથી આ શબ્દોનો પ્રયોગ જ ખોટો કરવામાં આવ્યો છે અને એવું કરવું જ બંને દળોની સાથે અન્યાય કરવા સમાન છે, કેમ કે આ શબ્દોથી બંને જ દળોના સિદ્ધાંતોનો સ્પષ્ટ બોધ નથી થઈ શકતો. હિંસાનો અર્થ છે કે, અન્યાય માટે કરવામાં આવેલો બળ પ્રયોગ, પરંતુ ક્રાંતિકારીઓનો તો એ ઉદ્દેશ્ય નથી, બીજી તરફ અહિંસાનો જે સામાન્ય અર્થ સમજવામાં આવે છે તે છે આત્મિક શક્તિનો સિદ્ધાંત. એનો ઉપયોગ વ્યક્તિગત તથા રાષ્ટ્રીય અધિકારોને પ્રાપ્ત કરવા માટે કરવામાં આવે છે. સ્વયંને કષ્ટ આપીને આશા કરવામાં આવે છે કે, આ પ્રકારે અંતમાં પોતાના વિરોધીનું હૃદય પરિવર્તન સંભવ થઈ શકશે.

એક ક્રાંતિકારી જ્યારે કેટલીક વાતોને પોતાનો અધિકાર માની લે છે, તો તે એમની માંગ કરે છે, પોતાની એ માંગના પક્ષમાં દલીલો આપે છે, સમસ્ત આત્મિક શક્તિ દ્વારા એમને પ્રાપ્ત કરવાની ઇચ્છા કરે છે, એની પ્રાપ્તિ માટે અત્યધિક કષ્ટ સહન કરે છે, એના માટે તે મોટામાં મોટો ત્યાગ કરવા માટે પ્રસ્તુત રહે છે અને એના સમર્થનમાં તે પોત્નું સમસ્ત શારીરિક બળ પ્રયોગ પણ કરે છે. એના આ પ્રયત્નોને તમે ભલે જે નામથી બોલાવો, પરંતુ તમે એને હિંસાના નામતી સંબોધિત નથી કરી શકતા, કેમ કે એવું કરવું કોશમાં આપવામાં આવેલા શબ્દના અર્થની સાથે અન્યાય થશે. સત્યાગ્રહનો અર્થ છે, સત્યા માટે આગ્રહ. એની સ્વીકૃતિ માટે માત્ર આત્મિક શક્તિના પ્રયોગનો જ આગ્રહ કેમ? એની સાથે-સાથે શારીરિક બળ પ્રયોગ પણ (કેમ) ના કરવામાં આવે? ક્રાંતિકારી સ્વતંત્રતા પ્રાપ્તિ માટે પોતાની શારીરિક તેમજ નૈતિક શક્તિ બંનેના પ્રયોગમાં વિશ્વાસ કરે છે, પરંતુ નૈતિક શક્તિનો પ્રયોગ કરવાવાળા શારીરિક બળ પ્રયોગને નિષિદ્ધ માને છે. આથી હવે એ સવાલ નથી કે, તમે હિંસા ઇચ્છો છો કે અહિંસા, બલ્કે પ્રશ્ન તો એ છે કે, તમે પોતાની ઉદ્દેશ્ય પ્રાપ્તિ માટે શારીરિક બળ સહિત નૈતિક બળનો પ્રયોગ કરવા ઇચ્છો છો કે માત્ર આત્મિક શક્તિનો?

ક્રાંતિકારીઓનો વિશ્વાસ છે કે, દેશને ક્રાંતિથી જ સ્વતંત્રતા મળશે. તેઓ જે ક્રાંતિ માટે પ્રયત્નશીલ છે અને જે ક્રાંતિનું રૂપ એમની સામે સ્પષ્ટ છે, એનો અર્થ માત્ર એ નથી કે વિદેશી શાસકો તથા એમના પિઠ્ઠુઓથી ક્રાંતિકારીઓનો માત્ર સશસ્ત્ર સંઘર્ષ હોય, બલ્કે આ સશસ્ત્ર સંઘર્ષની સાથે-સાથે નવીન સામાજિક વ્યવસ્થાના દ્વાર દેશ માટે મુક્ત થઈ જાય. ક્રાંતિ પૂંજીવાદ, વર્ગવાદ તથા કેટલાક લોકોને જ વિશેષાધિકાર અપાવતી પ્રણાલીનો અંત કરી દેશે. આ રાષ્ટ્રને પોતાના

પગ પર ઊભું કરશે, એનાથી નવીન રાષ્ટ્ર અને નવા સમાજનો જન્મ થશે. ક્રાંતિથી સૌથી મોટી વાત તો એ થશે કે, તે મજૂર તેમજ ખેડૂતોનું રાજ્ય કાયમ કરીને એ બધા સામાજિક અવાંછિત તત્વોને સમાપ્ત કરી દેશે, જે દેશની રાજનીતિક શક્તિને હડપીને બેઠા છે.

આજની તરુણ પેઢીને માનસિક ગુલામી તથા ધાર્મિક રૂઢિવાદી બંધને જકડેલી છે અને એનાથી છુટકારો મેળવવા માટે તરુણ સમાજની જે બેચેની છે, ક્રાંતિકારી એમાં જ પ્રગતિશીલતાના અંકુર જોઈ રહ્યા છે. નવયુવક જેમ-જેમ મનોવિજ્ઞાન આત્મસાત્ કરતો જશે, તેમ-તેમ રાષ્ટ્રની ગુલામીનું ચિત્ર એની સામે સ્પષ્ટ થતું જશે તથા એની દેશને સ્વતંત્ર કરવાની ઈચછા પ્રબળ થતી જશે અને એનો આ ક્રમ ત્યાં સુધી ચાલતો રહેશે, જ્યાં સુધી કે યુવક ન્યાય, ક્રોધ અને ક્ષોભથી ઓતપ્રોત થઈ અન્યાય કરવાવાળાઓની હત્યાનો પ્રારંભ કરી દેશે. આ પ્રકારે દેશમાં આતંકવાદનો જન્મ થાય છે. આતંકવાદ સંપૂર્ણ ક્રાંતિ નથી અને ક્રાંતિ પણ આતંકવાદ વગર પૂર્ણ નથી. આ તો ક્રાંતિનું એક જરૂરી અંગ છે. આ સિદ્ધાંતનું સમર્થન ઇતિહાસની કોઈપણ ક્રાંતિનું વિશ્લેષણ કરવા સમાન ગણાય છે. આતંકવાદ આતતાયીના મનમાં ભય પેદા કરીને પીડિત જનતામાં પ્રતિશોધની ભાવના જાગ્રત કરીને એને શક્તિ પ્રદાન કરે છે. અસ્થિર ભાવનાવાળા લોકોને એનાથી હિંમત બંધાય છે તથા એમનામાં આત્મવિશ્વાસ પેદા થાય છે. એનાથી દુનિયાની સામે ક્રાંતિના ઉદ્દેશ્યનું વાસ્તવિક રૂપ પ્રગટ થઈ જાય છે, કેમ કે આ કોઈ રાષ્ટ્રની સ્વતંત્રતાની ઉત્કટ મહત્ત્વાકાંક્ષાનું વિશ્વાસ અપાવનારું પ્રમાણછે, જેમ બીજા દેશોમાં થતું આવ્યું છે, તેવી જ રીતે ભારતમાં આતંકવાદ ક્રાંતિનું રૂપ ધારણ કરી લેશે અને અંતમાં ક્રાંતિથી જ દેશને સામાજિક, રાજનૈતિક તથા આર્થિક સ્વતંત્રતા મળશે.

તો આ છે ક્રાંતિકારીના સિદ્ધાંત, જેમનામાં તે વિશ્વાસ કરે છે અને જેમને દેશ માટે પ્રાપ્ત કરવા ઈચ્છે છે. આ તથ્યની પ્રાપ્તિ માટે તે ગુપ્ત તથા ખુલ્લેઆમ બંને જ રીતોથી પ્રયત્ન કરી રહ્યો છે. આ પ્રકારે એક શતાબ્દીથી સંસારમાં જનતા તથા શાસક વર્ગમાં જે સંઘર્ષ ચાલી રહ્યો છે, એ જ અનુભવ એના લક્ષ્ય સુધી પહોંચવામાં માર્ગદર્શક છે. ક્રાંતિકારી જે રીતોમાં વિશ્વાસ કરે છે, તે ક્યારેય અસફળ નથી થયા.

એની વચ્ચે કૉંગ્રેસ શું કરી રહી હતી? એણે પોતાનો ધ્યેય સ્વરાજ્યથી બદલીને પૂર્ણ સ્વતંત્રતા ઘોષિત કર્યો. આ ઘોષણાથી કોઈપણ વ્યક્તિ એ જ નિષ્કર્ષ કાઢશે કે, કૉંગ્રેસે બ્રિટિશ શાસનની વિરુદ્ધ યુદ્ધની ઘોષણા ના કરીને ક્રાંતિકારીઓની વિરુદ્ધ યુદ્ધની ઘોષણા કરી દીધી છે. આ સંબંધમાં કૉંગ્રેસનો પહેલો વાર હતો એનો એ પ્રસ્તાવ જેમાં ૨૩ ડિસેમ્બર, ૧૯૨૯એ વાયસરૉયની સ્પેશિયલ ટ્રેન ઉડાવવાના પ્રયત્ની નિંદા કરવામાં આવી અને પ્રસ્તાવનું માળખું ગાંધીજીએ

સ્વયં તૈયાર કર્યું હતું અને એને પારિત કરવા માટે ગાંધીજીએ પોતાની બધી શક્તિ લગાવી દીધી. પરિણામ એ થયું કે ૧૯૧૩ની સદસ્ય સંખ્યામાં તે માત્ર ૩૧ અધિક મતોથી પારિત થઈ શક્યો. શું આ અત્યલ્પ બહુમતમાં પણ રાજનીતિક પ્રામાણિકતા હતી? આ સંબંધમાં આપણએ સરલાદેવી ચૌધરાનીનો મત જ અહીંયા ઉદ્ધૃત કરીએ. તેઓ તો જીવનભર કૉંગ્રેસની ભક્ત રહી છે. આ સંબંધમાં પ્રશ્નના ઉત્તરમાં એમણે કહ્યું છે - મેં મહાત્મા ગાંધીના અનુયાયીઓની સાથે આ વિષયમાં જે વાતચીત કરી, એનાથી ખબર પડી કે, તેઓ આ સંબંધમાં સ્વતંત્ર વિચાર મહાત્માજી પ્રતિ વ્યક્તિગત નિષ્ઠાના કારણે પ્રગટ ના કરી શક્યા તથા આ પ્રસ્તાવની વિરુદ્ધ મત આપવામાં અસમર્થ રહ્યા, જેના પ્રણેતા મહાત્માજી હતા. જ્યાં સુધી ગાંધીજીની દલીલનો પ્રશ્ન છે, એના પર આપણે પછી વિચાર કરીશું. એમણે જે દલીલો આપી છે, તે થોડી ઓછી કે વધારે આ સંબંધમાં કૉંગ્રેસમાં આપવામાં આવેલા ભાષણનું જ વિસ્તૃત રૂપ છે.

આ દુઃખદ પ્રસ્તાવના વિષયમાં એક વાત માર્કે કરી છે, જેને આપણે અનદેખી નથી કરી શકતા, તે એ કે એ સર્વવિદિત છે કે કૉંગ્રેસ અહિંસાનો સિદ્ધાંત માને છે એ પાછલા દસ વર્ષોથી તે એના સમર્થનમાં પ્રચાર કરતી રહી છે. આ બધું હોવા પર પણ પ્રસ્તાવના સમર્થનમાં ભાષણોમાં અપશબ્દો કહેવામાં આવ્યા. એમણે ક્રાંતિકારીઓને કાયર કહ્યા અને એમના કાર્યોને ઘૃણિત. એમનામાંથી એક વક્તાએ ધમકી આપતા ત્યાં સુધી કહી નાખ્યું કે, જો તે (સદસ્ય) ગાંધીજીનું નેતૃત્વ ઈચ્છે છે, તો એમણે આ પ્રસ્તાવને સર્વસંમતિથી પારિત કરવો જોઈએ. આટલું બધું કરવામાં આવવા પર પણ આ પ્રસ્તાવ ખૂબ થોડા મતોથી જ પારિત થઈ શક્યો. એનાથી એ વાત નિશંક પ્રમાણિત થઈ જાય છે કે, દેશની જનતા પર્યાપ્ત સંખ્યામાં ક્રાંતિકારીઓનું સમર્થન કરી રહી છે. આ પ્રકારથી એના માટે ગાંધીજી અમારા અભિનંદનને પાત્ર છે કે, એમણે આ પ્રશ્ન પર વિવાદ ઊભો કર્યો અને આ પ્રકારે સંસારને બતાવી દીધું કે, કૉંગ્રેસ, જે અહિંસાનો ગઢ માનવામાં આવે છે, તે સંપૂર્ણ નહીં તો એક હદ સુધી તો કૉંગ્રેસથી અધિક ક્રાંતિકારીઓની સાથે છે.

આ વિષયમાં ગાંધીજીએ જે વિજય પ્રાપ્ત કર્યો તે એક પ્રકારની હાર બરાબર હતી અને હવે તેઓ 'ધી કલ્ટ ઑફ ધી બમ' લેખ દ્વારા ક્રાંતિકારીઓ પર બીજો હુમલો કરી બેઠા છે. આ સંબંધમાં આગળ કશું કહેવાથી પહેલાં આ લેખ પર આપણે સારી રીતે વિચાર કરીશું. આ લેખમાં એમણે ત્રણ વાતોનો ઉલ્લેખ કર્યો છે. એમનો વિશ્વાસ, એમના વિચાર અને એમનો મત. અમે એમના વિશ્વાસના સંબંધમાં વિશ્લેષણ નહીં કરીએ, કેમ કે વિશ્વાસમાં તર્ક માટે સ્થાન નથી. ગાંધીજી જેને હિંસા કહે છે અને જેની વિરુદ્ધ એમણે જે તર્કસંગત વિચાર પ્રગટ કર્યા છે, આપણે એનું વિગતવાર વિશ્લેષણ કરીએ.

ગાંધીજી વિચારે છે કે, એમની આ ધારણા સાચી છે કે, અધિકતર ભારતીય જનતાને હિંસાની ભાવના સ્પર્શી સુધી નથી અને અહિંસા એમનું રાજનીતિક શસ્ત્ર બની ગયું છે. તાજેતરમાં જ એમણે દેશનું જે ભ્રમણ કર્યું છે, એ અનુભવના આધાર પર એમની આ ધારણા બની છે, પરંતુ એમને પોતાના આ યાત્રાના આ અનુભવથી એ ભ્રમમાં ના પડવું જોઈએ. એ વાત સાચી છે કે, (કૉંગ્રેસ) નેતા પોતાના પ્રવાસ ત્યાં સુધી જ સીમિત રાખે છે, જ્યાં સુધી ટપાલ ગાડી એને આરામથી પહોંચાડી શકે છે, જ્યારે ગાંધીજીએ પોતાની યાત્રાનો વિસ્તાર ત્યાં સુધી વધારી દીધો છે, જ્યાં સુધી મોટરકાર દ્વારા તેઓ જઈ શકે. આ યાત્રામાં, તેઓ ધની વ્યક્તિઓના જ નિવાસ સ્થાનો પર રોકાયા. આ યાત્રાનો અધિકતર સમય એમના ભક્તો દ્વારા આયોજિત ગોષ્ઠીઓમાં કરવામાં આવ્યો. એમની પ્રશંસા, સભાઓમાં યદા-કદા અશિક્ષિત જનતાને આપવામાં આવવાવાળા દર્શનોમાં વીત્યો, જેના વિષયમાં એમનો દાવો છે કે, તેઓ એમને સારી રીતે સમજે છે, પરંતુ આ જ વાત એ દલીલની વિરુદ્ધ છે કે, તેઓ આમ જનતાની વિચારધારાને જાણે છે.

કોઈ વ્યક્તિ જનસાધારણની વિચારધઆરાને માત્ર મંચોથી દર્શન અને ઉપદેશ આપીને નથી સમજી શકતો. તે તો માત્ર એટલો જ દાવો કરી શકે છે કે, એણે વિભિન્ન વિષયો પર પોતાના વિચાર જનતાની સામે રાખ્યા. શું ગાંધીજીએ આ વર્ષોમાં સામાન્ય જનતાના સામાજિક જીવનમાં ક્યારેય પ્રવેશ કરવાનો પ્રયત્ન કર્યો? શું ક્યારેય એમણે કોઈ સંધ્યાએ ગામની કોઈ ચોપાલના ઓટલાની પાસે બેસીને કોઈ ખેડૂતના વિચાર જાણવાનો પ્રયત્ન કર્યો? શું કોઈ કારખાનાના મજૂરની સાથે એક સાંજ પસાર કરીને એના વિચાર સમજવાનો પ્રયાસ કર્યો છે? પણ અમે એ કર્યું છે આથી અમે દાવો કરીએ છીએ કે, અમે આમ જનતાને જાણીએ છીએ. અમે ગાંધીજીને વિશ્વાસ અપાવીએ છીએ કે, સાધારણ ભારતીય સાધારણ માનવની સામે જ અહિંસા તથા પોતાના શત્રુથી પ્રેમ કરવાની આધ્યાત્મિક ભાવનાને ખૂબ ઓછી સમજે છે.

સંસારનો તો એ જ નિયમ છે - તમારો એક મિત્ર છે, તમે એનાથી સ્નેહ કરો છો, ક્યારેક-ક્યારેક તો એટલો વધારે કે તમે એના માટે પોતાના પ્રાણ પણ આપી દો છો. તમારો શત્રુ છે, તમે એનાથી કોઈપણ પ્રકારનો સંબંધ નથી રાખતા. ક્રાંતિકારીઓનો આ સિદ્ધાંત નિતાંત સત્ય, સરળ અને સીધો છે અને આ ધ્રુવ સત્ય આદમ અને હૌવાના સમયથી ચાલી આવી રહ્યો છે તથા એને સમજવામાં ક્યારેય કોઈને મુશ્કેલી નથી થઈ. અમે આ વાત સ્વયંના અનુભવના આધાર પર કહી રહ્યા છીએ. એ દિવસ દૂર નથી જ્યારે લોકો ક્રાંતિકારી વિચારધારાને સક્રિય રૂપ આપવા માટે હજારોની સંખ્યામાં જમા થશે.

ગાંધીજી ઘોષણા કરે છે કે, અહિંસાનું સામર્થ્ય તથા ખુદને પીડા આપવાની

પ્રણાલીથી એમને એ આશા છે કે, તેઓ એક દિવસે વિદેશી શાસકોનું હૃદય પરિવર્તન કરીને પોતાની વિચારધારાના એમને અનુયાયી બનાવી લેશે. હવે એમણે પોતાના સામાજિક જીવનના આ ચમત્કારથી પ્રેમ સંહિતાના પ્રચાર માટે ખુદને સમર્પિત કરી દીધા છે. તેઓ અડગ વિશ્વાસની સાથે એનો પ્રચાર કરી રહ્યા છે, જેમ કે એમના કેટલાક અનુયાયીઓએ પણ કર્યું છે, પરંતુ શું તેઓ બતાવી શકે છે કે, ભારતમાં કેટલા શત્રુઓનું હૃદય-પરિવર્તન કરીને, તેઓ એમને ભારતના મિત્ર બનાવવામાં સમર્થ થયા છે? તેઓ કેટલા ઓડાયરાઓ, ડાયરાઓ તથા રીડિંગ અને ઇરવિનને ભઆરતનો મિત્ર બનાવી શક્યા છે? જો કોઈને પણ નહીં, તો ભારત એમની વિચારધારાથી કેવી રીતે સહમત હોઈ શકે છે કે, તેઓ ઇંગ્લેન્ડને અહિંસા દ્વારા સમજાવી-મનાવીને આ વાતને સ્વીકાર કરવા માટે તૈયાર કરાવી લેશે કે, તેઓ ભારતને સ્વતંત્રતા આપી દે.

જો વાયસરૉયની ગાડીની નીચે બૉમ્બનો ઠીકથી વિસ્ફોટ થયો હોત, તો બેમંથી એક વાત ચોક્કસ થઈ હોત, કાં તો વાયસરૉય અત્યધિક ઘાયલ થઈ જતા અથવા એમનું મૃત્યુ થઈ ગયું હોત. એવી સ્થિતિમાં વાયસરૉય તથા રાજનીતિક દળોના નેતાઓની વચ્ચે મંત્રણા ના થઈ શકતી, આ પ્રયત્ન રોકાઈ જતો. એનાથી રાષ્ટ્રનું ભલું જ થતું. કલકત્તા કૉંગ્રેસના પડકાર બાદ પણ સ્વશાસનની ભીખ માંગવા માટે વાયસરૉય ભવનની આસપાસ મંડરાતા લોકો માટે ઘૃણાસ્પદ પ્રયત્ન વિફળ થઈ જતા. જો બૉમ્બોનો ઠીકથી વિસ્ફોટ થયો હોત, તો ભારતનો એક શત્રુ ઉચિત સજા મેળવી જતો. મેરઠ તથા લાહોર ષડ્યંત્ર અને ભુસાવલકાંડનો કેસ ચલાવનારા માત્ર ભારતના શત્રુઓને જ મિત્ર પ્રતીત થઈ શકે છે. સાઈમન કમીશનના સામૂહિક વિરોધથી દેશમાં જે એકજુટતા સ્થાપિત થઈ ગઈ હતી, ગાંધી તથા નેહરૂની રાજનીતિક બુદ્ધિમત્તા પછી જ ઇરવિન એને છિન્ન-ભિન્ન કરવામાં સમર્થ થઈ શક્યા. આજે કૉંગ્રેસમાં પણ આપસમાં ફૂટ પડી ગઈ છે. આપણા આ દુર્ભાગ્ય માટે વાયસરૉય અથવા એના ચાપલૂસો સિવાય કોણ જવાબદા હોઈ શકે છે. એના પર પણ આપણા દેશમાં એવા લોકો છે, જે એને ભારતના મિત્ર કહે છે.

દેશમાં એવા પણ લોકો હશે, જેમને કૉંગ્રેસ પ્રતિ શ્રદ્ધા નથી, એનાથી તેઓ કોઈ આશા પણ નથી કરતા. જો ગાંધીજી ક્રાંતિકારીઓને એ શ્રેણીમાં ગણે છે, તો તેઓ એમની સાથે અન્યાય કરે છે. તેઓ એ વાતને સારી રીતે જાણે છે કે, કૉંગ્રેસે જનજાગૃતિનું મહત્ત્વપૂર્ણ કાર્ય કર્યું છે. એણે સામાન્ય જનતામાં સ્વતંત્રતાની ભાવના જાગ્રત કરી છે, કેમ કે એમનો એ દૃઢ વિશ્વાસ છે કે, જ્યાં સુધી કૉંગ્રેસમાં સેન ગુપ્તા જેવા 'અદ્‌ભુત' પ્રતિભાશાળી વ્યક્તિઓનો, જે વાયરરૉયની ટ્રેન ઉડાવવામાં ગુપ્તચર વિભાગનો હાથ હોવાની વાત કરે છે તથા અન્સારી જેવા લોકો, જે રાજનીતિ ઓછી જાણે છે અને ઉચિત તર્કની ઉપેક્ષા કરીને બેતુકી અને તર્કહીન દલીલ આપીને એ કહે છે કે, કોઈ રાષ્ટ્રએ બૉમ્બથી સ્વતંત્રતા પ્રાપ્ત નથી

કરી- જ્યાં સુધી કૉંગ્રેસના નિર્ણયોમાં એમના જેવા વિચારોનું પ્રાધાન્ય રહેશે, ત્યાં સુધી દેશ એનાથી ખૂબ ઓછી આશા કરી શકે છે. ક્રાંતિકારી તો એ દિવસની પ્રતીક્ષામાં છે, જ્યારે કૉંગ્રેસી આંદોલનથી અહિંસાની આ સનક સમાપ્ત થઈ જશે અને તે ક્રાંતિકારીઓના ખભાથી ખભો મિલાવીને પૂર્ણ સ્વતંત્રતાના સામૂહિક લક્ષ્યની તરફ વધશે. આ વર્ષે કૉંગ્રેસે એ સિદ્ધાંતને સ્વીકાર કરી લીધો છે, જેનું પ્રતિપાદન ક્રાંતિકારી છેલ્લા ૨૫ વર્ષોથી કરતાં ચાલી આવી રહ્યા છે. અમે આશા કરીએ કે, આગલા વર્ષે તે સ્વતંત્રતા પ્રાપ્તિની રીતોનું પણ સમર્થન કરશે.

ગાંધીજી એ પ્રતિપાદિત કરે છે કે, જ્યારે-જ્યારે હિંસાોન પ્રયોગ થયો છે, ત્યારે-ત્યારે સૈનિક ખર્ચ વધ્યો છે. જો એમનુ મંતવ્ય ક્રાંતિકારીઓની પાછલા ૨૫ વર્ષોની ગતિવિધિઓથી છે, તો અમે એમના વક્તવ્યોને પડકાર આપીએ છીએ કે, તેઓ પોતાના આ કથનને તથ્ય અને આંકડાઓથી સિદ્ધ કરે. બલ્કે અમે તો એ કહીશું કે, એમના અહિંસા અને સત્યાગ્રહના પ્રયોગોના પરિણામ, જેમની તુલના સ્વતંત્રતા સંગ્રામથી નથી કરી શકાતી, નોકરશાહી અર્થવ્યવસ્થા પર થયું છે. આંદોલનો પછી તે હિંસાત્મક હોય કે અહિંસાત્મક, સફળ હોય કે અસફળ, પરિણામ તો ભારતની અર્થવ્યવસ્થા પર હશે જ. અમને સમજમાં નથી આવતું કે, દેશમાં સરકારે જે વિભિન્ન વૈધાનિક સુધાર કર્યા, ગાંધીજી એમનામાં અમને કેમ ઉલઝાવે છે? એમણે માર્લેમિન્ટો રિફૉર્મ, માણ્ટેગ્યૂ રિફૉર્મ કે એવા જ અન્ય સુધારાઓની ના તો ક્યારેય પરવાહ કરી અને ના તો એમના માટે આંદોલન કર્યું. બ્રિટિશ સરકારે તો આ ટુકડા વૈધાનિક આંદોલનકારીઓની સામે ફેંક્યા હતા, જેનાથી એમને ઉચિત માર્ગ પર ચાલવાથી પથ ભ્રષ્ટ કરી શકાય. બ્રિટિશ સરકારે તો એમને એ લાંચ આપી હતી, જેનાથી તેઓ ક્રાંતિકારીઓને સમૂળ નષ્ટ કર વાની એમની નીતિની સાથે સહયોગ કરે. ગાંધીજી જેમ કે એમને સંબોધિત કરે છે કે, ભારત માટે તેઓ રમકડાં જેવા છે, એ લોકોને બહેલાવવા-ફોસલાવવા માટે જે સમય-સમય પર હોમ રૂલ, સ્વશાસન, જવાબદાર સરકાર, પૂર્ણ જવાબદાર સરકાર, ઔપનિવેશિક સ્વરાજ્ય જેવા અનેક વૈધાનિક નામ જે ગુલામીના છે, માંગ કરે છે. ક્રાંતિકારીઓનું લક્ષ્ય તો શાસન-સુધારનું નથી, તે તો સ્વતંત્રતાનું સ્તર ક્યારેનુંય ઊંચું કરી ચુક્યા છે અને તે એ જ લક્ષ્યની પ્રાપ્તિ માટે કોઈ હિચકિચાહટ વગર બલિદાન કરી રહ્યા છે. એમનો દાવો છે કે એમના બલિદાનોએ જનતાની વિચારધારામાં પ્રચંડ પરિવર્તન કર્યું છે. એના પ્રયત્નોથી તેઓ દેશને સ્વતંત્રતાના માર્ગ પર ખૂબ આગળ વધારીને લઈ ગયા છે અને આ વાત એમનાથી રાજનીતિક ક્ષેત્રમાં મતભેદ રાખનારા લોકો પણ સ્વીકાર કરે છે.

ગાંધીજીનું કથન છે કે, હિંસાથી પ્રગતિનો મર્ગ અવરુદ્ધ થઈને સ્વતંત્રતા મેળવવાનો દિવસ સ્થગિત થઈ જાય છે, તો અમે આ વિષયમાં અનેક એવા ઉદાહરણ આપી શકીએ છીએ, જેમાં જે દેશોએ હિંસાથી કામ લીધું, એમની સામાજિક પ્રગતિ થઈને એમને રાજનીતિક સ્વતંત્રતા પ્રાપ્ત થઈ. આપણે રૂસ

તેમજ તુર્કીનું જ ઉદાહરણ લઈએ. બંનેએ હિંસાના ઉપાયોથી જ સશસ્ત્ર ક્રાંતિ દ્વારા સત્તા પ્રાપ્ત કરી. એના પછી પણ સામાજિક સુધારાઓને કારણે ત્યાંની જનતાએ ખૂબ તીવ્ર ગતિથી પ્રગતિ કરી. એકમાત્ર અફગાનિસ્તાનના ઉદાહરણથી રાજનીતિક સૂત્ર સિદ્ધ નથી કરી શકાતું. આ તો અપવાદ માત્ર છે.

ગાંધીજીના વિચારમાં 'અસહયોગ આંદોલનના સમયે જે જન જાગૃતિ થઈ છે, તે અહિંસાના ઉપદેશનું જ પરિણામ હતું', પરંતુ આ ધારણા ખોટી છે અને આ શ્રેય અહિંસાને આપવો પણ ભૂલ છે, કેમ કે જ્યાં પણ અત્યધિક જન જાગૃતિ થઈ તે સીધા મોર્ચાની કાર્યવાહીથી થઈ. ઉદાહરણાર્થ, રૂસમાં શક્તિશાળી જન આંદોલનથી જ ત્યાં ખેડૂત અને શ્રમિકોમાં જાગૃતિ ઉત્પન્ન થઈ. એમને તો કોઈએ અહિંસાનો ઉપદેશ આપ્યો ન હતો, બલ્કે અમે તો ત્યાં સુધી કહીશું કે, અહિંસા તથા ગાંધીજીની સમાધાન-નીતિથી જ એ શક્તિઓમાં ફૂટ પડી ગઈ, જે સામૂહિક મોર્ચાના નારાથી એક થઈ ગઈ હતી. એ પ્રતિપાદિત કરવામાં આવે છે કે, રાજનીતિક અન્યાયોનો સામનો અહિંસાના શસ્ત્રથી કરી શકાય છે, પણ આ વિષયમાં સંક્ષેપમાં એ જ કહી શકાય છે કે, આ અનોખો વિચાર છે, જેનો હજુ પ્રયોગ નથી થયો.

દક્ષિણ આફ્રિકામાં ભારતીયોના જે ન્યાયોચિત અધિકારી માંગવામાં આવતા હતા, એમને પ્રાપ્ત કરવામાં અહિંસાનું શસ્ત્ર અસફળ રહ્યું. તે ભારતને સ્વરાજ્ય અપાવવામાં પણ અસફળ રહ્યું, જ્યારે કે રાષ્ટ્રીય કૉંગ્રેસ સ્વયંસેવકોની એક મોટી સેના એના માટે પ્રયત્ન કરતી રહી તથા એના પર લગભગ સવા કરોડ રૂપિયા પણ ખર્ચ કરવામાં આવ્યા. તાજેતરમાં જ, બારડોલી સત્યાગ્રહમાં એની અસફળતા સિદ્ધ થઈ ચુકી છે. આ અવસર પર સત્યાગ્રહના નેતા ગાંધી અને પટેલે બારડોલીના ખેડૂતોને જે ઓછામાં ઓછો અધિકાર અપાવવાનું આશ્વાસન આપ્યું હતું, એને પણ તેઓ ના અપાવી શક્યા. એ ઉપરાંત અન્ય કોઈ દેશવ્યાપી આંદોલનની વાત અમને ખબર નથી. અત્યાર સુધી આ અહિંસાને એક જ આશીર્વાદ મળ્યા હતા, અસફળતાના. એવી સ્થિતિમાં એ આશ્ચર્ય નથી કે, દેશે ફરી એના પ્રયોગથી મનાઈ કરી દીધી. હકીકતમાં ગાંધીજી જે રૂપમાં સત્યાગ્રહનો પ્રચાર કરે છે, તે એક પ્રકારનું આંદોલન છે, એક વિરોધ છે, જેનું સ્વાભાવિક પરિણામ સમાધાનમાં થાય છે, જેમ પ્રત્યક્ષ જોવામાં આવ્યું છે. આથી જેટલી જલ્દી આપણે સમજી લઈએ કે, સ્વતંત્રતા અને ગુલામીમાં કોઈ સમાધાન નથી થઈ શકતું, એટલું જ સારું છે.

ગાંધીજી વિચારે છે, આપણે નવા યુગમાં પ્રવેશ કરી રહ્યા છીએ, પરંતુ કૉંગ્રેસ વિધાનમાં શબ્દોનો હેર-ફેર માત્ર કરીને, અર્થાત્ સ્વરાજ્યને પૂર્ણ સ્વતંત્રતા કહી દેવાથી નવો યુગ પ્રારંભ નથી થઈ જતો. એ દિવસ હકીકતમાં એક મહાન દિવસ હશે, જ્યારે કૉંગ્રેસ દેશવ્યાપી આંદોલન પ્રારંભ કરવાનો નિર્ણય લેશે, જેનો આધાર સર્વમાન્ય ક્રાંતિકારી સિદ્ધાંત હશે. એવા સમય સુધી સ્વતંત્રતાનો ઝંડો

લહેરાવવો હાસ્યાસ્પદ હશે. આ વિષયમાં અમે સરલાદેવી ચૌધરાનીનાં એ વિચારોથી સહમત છીએ, જે એમણે એક પત્ર-સંવાદદાતા સાથેની મુલાકાતમાં વ્યક્ત કર્યા. એમણે કહ્યું- ૩૧ ડિસેમ્બર, ૧૯૨૯ની અર્ધરાત્રિની ઠીક એક મિનિટ બાદ સ્વતંત્રતાનો ઝંડો લહેરાવવો એક વિચિત્ર ઘટના છે. એ સમયે જી.ઓ.સી., આસિસ્ટન્ટ જી.ઓ.સી. તથા અન્ય લોકો એ વાતને સારી રીતે જાણતા હતા કે, સ્વતંત્રતાનો ઝંડો લહેરાવવાનો નિર્ણય અડધી રાત સુધી અધરમાં લટક્યો છે, કેમ કે જો વાયસરૉય કે સેક્રેટરી ઑફ સ્ટેટનો કૉંગ્રેસને એ સંદેશ આવી જાય છે કે, ભારતને ઔપનિવેશિક સ્વરાજ્ય આપી દેવામાં આવ્યું છે, તો રાત્રિએ ૧૧ વાગીને ૫૯ મિનિટ પર પણ સ્થિતિમાં પરિવર્તન થઈ શકતું હતું. એનાથી સ્પષ્ટ છે કે, પૂર્ણ સ્વતંત્રતા પ્રાપ્તિનો ધ્યેય નેતાઓની હાર્દિક ઇચ્છા ન હતી, બલ્કે એક બાળહઠની સમાન હતો. ભારતીય રાષ્ટ્રીય કૉંગ્રેસ માટે ઉચિત તો એ જ થાય છે કે, તે પહેલા સ્વતંત્રતા પ્રાપ્ત કરીને પછી એની ઘોષણા કરતી. એ સત્ય છે કે, હવે ઔપનિવેશિક સ્વરાજ્યના બદલે કૉંગ્રેસના વક્તા જનતાની સામે પૂર્ણ સ્વતંત્રતાના ઢોલ પીટશે. તેઓ હવે જનતાથી કહેશે કે, જનતાએ સંઘર્ષ માટે તૈયાર થઈ જવું જોઈએ, જેમાં એક પક્ષ તો મુક્કાબાજી કરશે અને બીજો માત્ર એને સહન કરતો રહેશે, જ્યાં સુધી તે ખૂબ પીટીને એટલો હતાશ ન થઈ જાય કે, ફરી ઊઠી ના શકે? શું એને સંઘર્ષ કહી શકાય છે અને શું એનાથી દેશને સ્વતંત્રતા મળી શકે છે? કોઈપણ રાષ્ટ્ર માટે સર્વોચ્ચ લક્ષ્ય પ્રાપ્તિનો ધ્યેય સામે રાખવો સારું છે, પરંતુ સાથે એ પણ જરૂરી છે કે, આ લક્ષ્ય સુધી પહોંચવા માટે એસાધનોનો ઉપયોગ કરવામાં આવે, જે યોગ્ય હોય અને જે પહેલા ઉપયોગમાં આવી ચુક્યા હોય, અન્યથા સંસારની સન્મુખ આપણા હાસ્યાસ્પદ બનવાનો ભય બની રહેશે.

ગાંધીજીએ બધા વિચારશીલ લોકોને કહ્યું કે, તે લોકો ક્રાંતિકારીઓ સાથે સહયોગ કરવાનું બંધ કરી દે તથા એમના કાર્યોની નિંદા કરે, જેનાથી અમારા આ પ્રકારે ઉપેક્ષિત દેશભક્તોનું હિંસાત્મક કાર્યોથી જે નુકસાન થયું, એને સમજી શકાય. લોકોને ઉપેક્ષિત તથા જૂની દલીલોના સમર્થક કહી દેવા જેટલું સરળ છે, એ જ પ્રકારે એમની નિંદા કરીન જનતાથી એમને સહયોગ ના કરવાનું કહેવું, જેનાથી તેઓ અલગ-અલગ થઈ પોતાના કાર્યક્રમ સ્થગિત કરવા માટે બાધ્ય થઈ જાય, આ બધું કરવું વિશેષ રૂપથી એ વ્યક્તિ માટે સરળ હશે, જે જનતાના કેટલાક પ્રભાવશાળી વ્યક્તિઓના વિશ્વાસપાત્ર હોય. ગાંધીજીએ જીવનભર જનજીવનનો અનુભવ કર્યો છે, પણ તે ખૂબ મોટા દુઃખની વાત છે કે તેઓ પણ ક્રાંતિકારીઓનું મનોવિજ્ઞાન ના તો સમજે છે અને ના તો સમજવા ઇચ્છે છે. એ સિદ્ધાંત અમૂલ્ય છે, જે પ્રત્યેક ક્રાંતિકારીને પ્રિય છે. જે વ્યક્તિ ક્રાંતિકારી બને છે, જ્યારે તે પોતાનું માથું હથેળી પર રાખીને કોઈપણ ક્ષણે આત્મબલિદાન માટે તૈયાર રહે છે, તો તે માત્ર ખેલ માટે નહીં. તે આ ત્યાગ અને બલિદાન આથી પણ નથી કરતો કે, જ્યારે જનતા એની સાથે સહાનુભૂતિ બતાવવાની સ્થિતિમાં

હોય, તો એની જયજયકાર કરે. તે આ માર્ગનું આથી અવલબંન કરે છે કે એનો સદ્વિવેક એને એની પ્રેરણા આપે છે, એની આત્મા એને એના માટે પ્રેરિત કરે છે.

એક ક્રાંતિકારી સૌથી વધારે તર્કમાં વિશ્વાસ કરે છે. તે માત્ર તર્ક અને તર્ક જ વિશ્વાસ કરે છે. કોઈ પ્રકારના અપશબ્દ કે નિંદા, ભલે પછી તે ઊંચામાં ઊંચા સ્તરની કરવામાં આવી હોય, એને તે પોતાની નિશ્ચિત ઉદ્દેશ્ય પ્રાપ્તિથી વંચિત નથી કરી શકતી. એ વિચારવું કે, જો જનતાનો સહયોગ ના મળ્યો અથવા એના કાર્યની પ્રશંસા ના કરવામાં આવી તો, તે પોતાના ઉદ્દેશ્યને છોડી દેશે, તે નરી મૂર્ખતા છે. અનેક ક્રાંતિકારી, જેમના કાર્યોની વૈધાનિક આંદોલનકારીઓએ ઘોર નિંદા કરી, તેમ છતાં તેઓ એની પરવાહ ના કરીને ફાંસીના તખ્તા પર ઝૂલી ગયા. જો તમે ઇચ્છો છો કે, ક્રાંતિકારી પોતાની ગતિવિધિઓને સ્થગિત કરી દે, તો એના માટે થવું તો એ જોઈએ કે, એમની સાથે તર્ક દ્વારા પોતાનો મત પ્રમાણિત કરવામાં આવે. આ જ એક અને માત્ર એક રસ્તો છે અને બાકી વાતોના વિષયમાં કોઈને સંદેહ ના હોવો જોઈએ. ક્રાંતિકારી આ પ્રકારે ડરાવવા-ધમકાવવાથી ક્યારેય હાર માનવાના નથી.

અમે પ્રત્યેક દેશભક્તને નિવેદન કરીએ છીએ કે, તેઓ અમારી સાથે ગંભીરતાપૂર્વક આ યુદ્ધમાં સામેલ થાય. કોઈપણ વ્યક્તિ અહિંસા અને એવી જ અજીબો-ગરીબ રીતોથી મનોવૈજ્ઞાનિક પ્રયોગ કરીને રાષ્ટ્રની સ્વતંત્રતાની સાથે રમત ના કરે. સ્વતંત્રતા રાષ્ટ્રના પ્રાણ છે. આપણી ગુલામી આપણા માટે શરમજનક છે, ન જાણે ક્યારે આપણામાં એ બુદ્ધિ અને સાહસ આવશે કે, આપણે એનાથી મુક્તિ પ્રાપ્ત કરીને સ્વતંત્ર થઈ શકીએ? આપણી પ્રાચીન સભ્યતા અને ગૌરવના વારસાનો શું લાભ, જો આપણામાં એ સ્વાભિમાન ના રહે કે, આપણે વિદેશી ગુલામી, વિદેશી ઝંડા અને બાદશાહની સામે માથું નમાવવાથી ખુદને રોકી ના શકીએ.

શું એ અપરાધ નથી કે, બ્રિટને ભારતમાં અનૈતિક શાસન કર્યું? આપણને ભિખારી બનાવ્યા, આપણું સમસ્ત લોહી ચૂસી લીધું? એક જાતિ અને માનવતાના સંબંધે આપણું ઘોર અપમાન તથા શોષણ કરવામાં આવ્યું છે. શું જનતા હજુ પણ ઇચ્છે કે, આ અપમાનને ભૂલાવીને આપણે બ્રિટિશ શાસકોને ક્ષમા કરી દઈએ. આપણે બદલો લઈશું, જે જનતા દ્વારા શાસકો સાથે લેવામાં આવેલો ન્યાયોચિત બદલો હશે. કાયરોને પીઠ બતાવીને સમાધાન અને શાંતિની આશા સાથે ચિપકીને રહેવા દો. અમે કોઈથી પણ દયાની ભિક્ષા નથી માંગતા અને મે પણ કોઈને ક્ષમા નહીં કરીએ. અમારું યુદ્ધ વિજય કે મૃત્યુના નિર્ણય સુધી ચાલતું જ રહેશે. ક્રાંતિ ચિરંજીવી રહે.

- કરતારસિંહ

પ્રેસીડેન્ટ

★

ઈંકલાબની તલવાર વિચારોની સાન પર તેજ થાય છે
(જાન્યુઆરી ૧૯૩૦)

ઍસેમ્બલી બૉમ્બકાંડ પર આ અપીલ ભગતસિંહ દ્વારા જાન્યુઆરી, ૧૯૩૦માં હાઈકોર્ટમાં કરવામાં આવી હતી. આ જ અપીલમાં જ એમનું એ પ્રસિદ્ધ વક્તવ્ય હતું : ''પિસ્તોલ અને બૉમ્બ ઈંકલાબ નથી લાવતા, બલ્કે ઈંકલાબની તલવાર વિચારોની સાન પર તેજ થાય છે અને આ જ વાત હતી, જેને અમે પ્રગટ કરવા ઈચ્છતા હતા.''

માઈ લૉર્ડ, અમે ના વકીલ છીએ, ના અંગ્રેજી વિશેષજ્ઞ અને ના તો અમારી પાસે ડિગ્રીઓ છે, આથી અમારી પાસેથી શાનદાર ભાષણોની આશા ન કરવામાં આવે. અમારી પ્રાર્થના છે કે, અમારા નિવેદનની ભાષા સંબંધિત ત્રુટિઓ પર ધ્યાન ન આપીને, એના વાસ્તવિક અર્થને સમજવાનો પ્રયત્ન કરવામાં આવે. બીજા તમામ મુદ્દાઓને પોતાના વકીલો પર છોડીને હું સ્વયં એક મુદ્દા પર મારા વિચાર પ્રગટ કરીશ. આ મુદ્દો આ કેસમાં ખૂબ મહત્ત્વપૂર્ણ છે. મુદ્દો એ છે કે, અમારી નીયત શું હતી અને અમે કઈ હદ સુધી અપરાધી છીએ.

વિચારણીય એ છે કે, ઍસેમ્બલીમાં અમે જે બે બૉમ્બ ફેંક્યા, એનાથી કોઈ વ્યક્તિને શારીરિક કે આર્થિક હાનિ ના થઈ. આ જ દૃષ્ટિકોણથી અમને જે સજા આપવામાં આવી છે, તે કઠોરતમ જ નહીં, બદલો લેવાની ભાવનાથી પણ આપવામાં આવી છે. જો બીજા દૃષ્ટિકોણથી જોવામાં આવે, તો જ્યાં સુધી અભિયુક્તની મનોભાવનાની જાણ લગાવવામાં ના આવે, એના અસલી ઉદ્દેશ્યની ખબર નથી પડી શકતી. જો ઉદ્દેશ્યને પૂરી રીતે ભુલાવી દેવામાં આવે, તો કોઈની સાથે ન્યાય નથી થઈ શકતો, કેમ કે ઉદ્દેશ્યને નજરોમાં ના રાખવા પર સંસારના મોટાં-મોટાં સેનાપતિ પણ સાધારણ હત્યારા નજરે આવશે. સરકારી કર વસૂલ કરનારા અધિકારી ચોર, દગાબાજ નજરે પડશે અને ન્યાયાધીશો પર પણ કત્લ કરવાના અભિયોગ લાગશે. આ રીતે સામાજિક વ્યવસ્થા અને સભ્યતા ખૂન-ખરાબા, ચોરી અને દગાબાજી બનીને રહી જશે. જો ઉદ્દેશ્યની ઉપેક્ષા કરવામાં

આવે, તો કોઈ સરકારને શું અધિકાર છે કે, સમાજના વ્યક્તિઓથી ન્યાય કરવાનું કહે? જો ઉદ્દેશ્યની ઉપેક્ષા કરવામાં આવે, તો દરેક ધર્મ પ્રચારક જૂઠનો પ્રચારક નજરે પડશે અને દરેક પયગમ્બર પર અભિયોગ લાગશે કે તેણે કરોડો ભોળા અને અજાણ લોકોને ગેરમાર્ગે દોર્યા. જો ઉદ્દેશ્યને ભુલાવી દેવામાં આવે, તો હઝરત ઈસા મસીહ ગરબડી ફેલાવનારા, શાંતિ ભંગ કરનારા અને વિદ્રોહનો પ્રચાર કરનારા નજરે પડશે અને કાયદાના શબ્દોમાં તેમને ખતરનાક વ્યક્તિત્વ માનવામાં આવશે... જો એવું હોય, તો માનવું પડશે કે માણસાઈની કુરબાનીઓ, શહીદોના પ્રયત્ન, બધું બેકાર રહ્યું અને આજે પણ આપણે એ જ સ્થાન પર ઊભા છીએ, જ્યાં આજથી વીસ શતાબ્દીઓ પહેલાં હતા. કાયદાની દૃષ્ટિથી ઉદ્દેશ્યનો પ્રશ્ન વિશેષ મહત્ત્વ રાખે છે.

માઈ લૉર્ડ, આ દશામાં મને એ કહેવાની આજ્ઞા આપવામાં આવે કે, જે શાસન આ નીચલી કક્ષાની હરકતોમાં આશ્રય શોધે છે, જે શાસન વ્યક્તિના કુદરતી અધિકાર છીનવે છે, એને જીવિત રહેવાનો કોઈ અધિકાર નથી. જો આ કાયમ છે, તો અન્ય હજારો નિર્દોષોનું લોહી આની ગરદન પર છે. જો કાનૂન ઉદ્દેશ્ય નથી જોતો, તો ન્યાય નથી થઈ શકતો અને ના તો સ્થાયી શાંતિ સ્થાપિત થઈ શકે છે. લોટમાં સંખિયા મિલાવવો ગુનો નથી, જો એનો ઉદ્દેશ્ય ઉંદરોને મારવાનો હોય, પરંતુ જો એનાથી કોઈ માણસને મારી દેવામાં આવે, તો કત્લનો ગુનો બની જાય છે. આથી, આવા કાયદાઓને, જે યુક્તિ (દલીલ) પર આધારિત નહીં અને ન્યાયના સિદ્ધાંતની વિરુદ્ધ છે, એમને સમાપ્ત કરી દેવા જોઈએ. એવી જ રીતે ન્યાય વિરોધી કાયદાઓના કારણે મોટા-મોટા શ્રેષ્ઠ બૌદ્ધિક લોકોએ બગાવતના કાર્ય કર્યા છે.

અમારા કેસની હકીકત બિલકુલ સાદી છે. ૮ એપ્રિલ, ૧૯૨૯એ અમે સેન્ટ્રલ ઍસેમ્બલીમાં બે બૉમ્બ ફેંક્યા. એમના ધમાકાથી કેટલાક લોકોને સામાન્ય ઈજા પહોંચી. ચેમ્બરમાં હોબાળો થયો, સેંકડો દર્શક અને સદસ્ય બહાર નીકળી ગયા. થોડીવાર ખામોશી છવાઈ ગઈ. હું અને સાથી બી.કે. દત્ત ખામોશીની સાથે દર્શક ગેલેરીમાં બેસી રહ્યા અને અમે ખુદને પ્રસ્તુત કર્યા કે, અમારી ધરપકડ કરી લેવામાં આવે. અમારી ધરપકડ કરી લેવામાં આવી. અભિયોગ લગાવાયા અને હત્યા કરવાના પ્રયાસના અપરાધમાં અમને સજા આપવામાં આવી.

પરંતુ બૉમ્બોથી ૪-૫ માણસોને સામાન્ય ઇજા પહોંચી અને એક બેંચને સામાન્ય નુકસાન પહોંચ્યું. જેમણે આ અપરાધ કર્યો, એમણે કોઈ પ્રકારના હસ્તક્ષેપ વગર ખુદને ધરપકડ માટે રજૂ કરી દીધા. સેશન જજે સ્વીકાર કર્યો કો, જો અમે ભાગવા ઇચ્છતા, તો ભાગવામાં સફળ થઈ શકતા હતા. અમે પોતાનો અપરાધ સ્વીકાર કર્યો અને પોતાની સ્થિતિ સ્પષ્ટ કરવા માટે નિવેદન આપ્યું. અમને સજાનો ભય નથી, પરંતુ અમે એ નથી ઇચ્છતા કે, અમને ખોટા સમજવામાં આવે. અમારા નિવેદનના કેટલાક પેરાગ્રાફ કાપી નાખવામાં આવ્યા છે, આ

વાસ્તવિકતાની દૃષ્ટિથી હાનિકારક છે.

સમગ્ર રૂપમાં અમારા વક્તવ્યના અધ્યયનથી સ્પષ્ટ થાય છે કે, અમારા દૃષ્ટિકોણથી અમારો દેશ એક નાજુક સમયમાંથી પસાર થઈ રહ્યો છે. આ દશામાં વધારે ઊંચા અવાજમાં ચેતવણી આપવાની જરૂર હતી અને અમે પોતાના વિચારાનુસાર ચેતવણી આપી છે. સંભવ છે કે, અમે ભૂલ પર હોઈએ, અમારા વિચારવાની રીત જજ મહોદયના વિચારવાની રીતથી અલગ હોય, પરંતુ એનો એ અર્થ નથી કે, અમને પોતાના વિચાર પ્રગટ કરવાની સ્વીકૃતિ ના આપવામાં આવે અને ખોટી વાતો અમારી સાથે જોડવામાં આવે.

'ઈંકલાબ ઝિંદાબાદ અને સામ્રાજ્યવાદ મુર્દાબાદ'ના સંબંધમાં અમે જે વ્યાખ્યા પોતાના નિવેદનમાં આપી, એને ઉડાવી દેવામાં આવી છેઃ જો કે, આ અમારા ઉદ્દેશ્યનો ખાસ ભાગ છે. ઈંકલાબ ઝિંદાબાદથી અમારો એ ઉદ્દેશ્ય ન હતો, જેને સામાન્ય રીતે ખોટા અર્થમાં સમજવામાં આવે છે. પિસ્તોલ અને બૉમ્બ ઈંકલાબ નથી લાવતા, બલ્કે ઈંકલાબની તલવાર વિચારોની સાન પર તેજ થઆય છે અને આ જ વાત હતી, જેને અમે પ્રગટ કરવા ઇચ્છતા હતા. અમારા ઈંકલાબનો અર્થ પૂંજીવાદી યુદ્ધોની મુસીબતોનો અંત કરવાનો છે. મુખ્ય ઉદ્દેશ્ય અને એને પ્રાપ્ત કરવાની પ્રક્રિયા સમજ્યા વગર કોઈના સંબંધમાં નિર્ણય આપવો યોગ્ય નથી. ખોટી વાતો અમારી સાથે જોડવી સાફ અન્યાય છે.

એની ચેતવણી આપવી ખૂબ જરૂરી હતી. બેચેની રોજ-રોજ વધી રહી છે. જો યોગ્ય ઈલાજ ન કરવામાં આવ્યો, તો રોગ ખતરનાક રૂપ લઈ લેશે. કોઈપણ માનવીય શક્તિ એની રોકથામ નહીં કરી શકે. હવે અમે તોફાનની દિશા બદલવા માટે આ કાર્યવાહી કરી. અમે ઇતિહાસના ગંભીર અધ્યેતા છીએ. અમારો વિશ્વાસ છે કે, જો સત્તાધારી શક્તિઓ ઠીક સમય પર યોગ્ય કાર્યવાહી નથી કરતી, તો ફ્રાંસ અને રૂસની લોહિયાળ ક્રાંતિઓ ના વરસી પડતી. દુનિયાના કેટલાય મોટા-મોટા શાસનો વિચારોના તોફાનને રોકતાં-રોકતાં ખૂન-ખરાબાના વાતાવરણમાં ડૂબી ગયા.

સત્તાધારી લોકો પરિસ્થિતિઓના પ્રવાહને બદલી શકે છે. અમે પહેલા ચેતવણી આપવા ઇચ્છતા હતા. જો અમે કેટલાક વ્યક્તિઓની હત્યા કરવાના ઇચ્છુક હોત, તો અમે અમારા મુખ્ય ઉદ્દેશ્યમાં વિફળ થઈ જતા. માઈ લૉર્ડ, આ નીયત અને ઉદ્દેશ્યને દૃષ્ટિમાં રાખીને અમે કાર્યવાહી કરી અને આ કાર્યવાહીના પરિણામ અમારા નિવેદનનું સમર્થન કરે છે. એક તરફ સત્ય સ્પષ્ટ કરવું જરૂરી છે. જો અમને બૉમ્બની તાકાતના સંબંધમાં સહેજમાત્ર જ્ઞાન ન હોત, તો અમે પં. મોતીલાલ નેહરુ, શ્રી કેલકર, શ્રી જયકર અને શ્રી જિન્ના જેવા સન્માનનીય રાષ્ટ્રીય વ્યક્તિઓની ઉપસ્થિતિમાં કેમ બૉમ્બ ફેંકતા? અમે નેતાઓના જીવન કઈ રીતે જોખમમાં નાખી શકતા હતા? અમે પાગલ તો નથી? અને જો પાગલ હોત, તો જેલમાં બંધ કરવાના બદલે અમને પાગલખાનામાં બંધ કરવામાં આવતા.

બૉમ્બના સંબંધમાં અમને નિશ્ચિત જાણકારી હતી. આ જ કારણે અમે આવું સાહસ કર્યું. જે બેંચો પર લોકો બેઠા હતા, એમના પર બૉમ્બ ફેંકવા સરળ કામ હતું, ખાલી જગ્યા પર બૉમ્બ ફેંકવા સદંતર મુશ્કેલ હતું. જો બૉમ્બ ફેંકનાર સાચા દિમાગોના ના હોત અથવા તેઓ પરેશાન હોત, તો બૉમ્બ ખાલી જગ્યાને બદલે બેંચો પર પડતાં. તો હું કહીશ કે, ખાલી જગ્યાની પસંદગી માટે જે હિંમત બતાવી, એના માટે અમને ઇનામ મળવું જોઈએ. આ સ્થિતિમાં, માઈ લૉર્ડ, અમે વિચારીએ છી કે અમને ઠીક રીતે સમજવામાં નથી આવ્યા. તમારી સેવામાં અમે સજાઓમાં કમી કરાવવા નથી આવ્યા, બલ્કે પોતાની સ્થિતિ સ્પષ્ટ કરવા આવ્યા છીએ. અમે ઇચ્છીએ છીએ કે, ના તો અમારી સાથે અનુચિત વ્યવહાર કરવામાં આવે, ના તો અમારા સંબંધમાં અનુચિત અભિપ્રાય આપવામાં આવે. સજાનો સવાલ અમારા માટે ગૌણ છે.

★

લેનિન મૃત્યુ વાર્ષિકી પર ટપાલ
(જાન્યુઆરી, ૧૯૩૦)

૨૧ જાન્યુઆરી, ૧૯૩૦એ લાહોર ષડ્યંત્ર કેસના બધા અભિયુક્ત અદાલતમાં લાલ રૂમાલ બાંધીને ઉપસ્થિત થયા. જેવું જ મેજિસ્ટ્રેટે પોતાનું આસન ગ્રહણ કર્યું, એમણે ''સમાજવાદી ક્રાન્તિ ઝિંદાબાદ'', ''કમ્યુનિસ્ટ ઇંટરનેશનલ ઝિંદાબાદ'', ''જનતા ઝિંદાબાદ'', ''લેનિનનું નામ અમર રહેશે'' અને ''સામ્રાજ્યવાદનો નાશ થાય''ના નારા લગાવ્યા. એના પછી ભગતસિંહે અદાલતમાં ટપાલનો સંદેશ વાંચ્યો અને મેજિસ્ટ્રેટને આ ત્રીજા ઇંટરનેશનલને મોકલાવવાનો આગ્રહ કર્યો.

લેનિન દિવસના અવસર પર અમે એ બધાને હાર્દિક અભિનંદન પાઠવીએ છીએ, જે મહાન લેનિનના આદર્શોને આગળ વધારવા માટે કંઈપણ કરી રહ્યા છે. અમે રૂસ દ્વારા કરવામાં આવેલા મહાન પ્રયોગની સફળતાની કામના કરીએ છીએ. સર્વહારા વિજયી થશે. પૂંજીવાદ પરાજિત થશે. સામ્રાજ્યવાદની મોત થાય.

★

પિતાજીના નામે પત્ર
(ઑક્ટોબર, ૧૯૩૦)

૩૦ સપ્ટેમ્બર, ૧૯૩૦એ ભગતસિંહના પિતા સરદાર કિશનસિંહે ટ્રિબ્યૂનલને અક અરજી આપીને બચાવ રજૂ કરવા માટે અવસરની માંગ કરી. સરદાર કિશનસિંહ સ્વયં દેશભક્ત હતા અને રાષ્ટ્રીય આંદોલનમાં જેલ જતા રહેતા હતા. એમને તેમજ કેટલાક દેશભક્તોને લાગતું હતું કે, કદાચ બચાવ પક્ષ રજૂ કરીને ભગતસિંહને ફાંસીના ફંદાથી બચાવી શકાય છે, પરંતુ ભગતસિંહ અને એમના સાથી બિલકુલ અલગ નીતિ પર ચાલી રહ્યા હતા. એમના અનુસાર, બ્રિટિશ સરકાર બદલો લેવાની નીતિ પર ચાલી રહી છે તેમજ ન્યાય માત્ર એક બકવાસ છે. કોઈપણ રીતથી એને સજા આપવાથી રોકી નથી શકાતી. એમને લાગતું હતું કે, જો આ મામલામાં કમજોરી બતાવવામાં આવી, તો જન-ચેતનામાં અંકુરિત થયેલું ક્રાન્તિ-બીજ સ્થિર નહીં થઈ શકે. પિતા દ્વારા આપવામાં આવેલી અરજીથી ભગતસિંહની ભાવનાઓને પણ ઠેસ પહોંચી, પરંતુ પોતાની ભાવનાઓને નિયંત્રિત કરીને પોતાના સિદ્ધાંતો પર ભાર આપતા, એમણે ૪ ઑક્ટોબર, ૧૯૩૦એ આ પત્ર લખ્યો, જે એમના પિતાને મોડેથી મળ્યો. ૭ ઑક્ટોબર, ૧૯૩૦એ કેસનો ચુકાદો સંભળાવવામાં આવ્યો.

૪ ઑક્ટોબર, ૧૯૩૦

પૂજ્ય પિતાજી,

મને એ જાણીને આશ્ચર્ય થયું કે, તમે મારા બચાવ પક્ષ માટે સ્પેશિયલ ટ્રિબ્યૂનલને એક અરજી મોકલી છે. આ ખબર એટલી યાતનામય હતી કે, હું એને ચુપચાપ રહી સહન ના કરી શક્યો. આ ખબરે મારી અંદરની શાંતિ ભંગ કરીને ઉથલ-પુથલ મચાવી દીધી છે. હું એ નથી સમજી શકતો કે, વર્તમાન સ્થિતિઓમાં અને આ મામલા પર તમે કયા પ્રકારની અરજી આપી શકો છો?

તમારો પુત્ર હોવાના સંબંધે હું તમારી પૈતૃક ભાવનાઓ અને ઈચ્છાઓનું પૂરું સન્માન કરું છું, પરંતુ તેમ છતાં હું સમજું છું કે, તમને મારી સાથે વિચાર-

વિમર્શ કર્યા વગર આવી અરજી આપવાનો કોઈ અધિકાર ન હતો. તમે જાણતા હતા કે, રાજનૈતિક ક્ષેત્રમાં મારા વિચાર તમારાથી ખૂબ અલગ છે. હું તમારી સહમતિ કે અસહમતિનો વિચાર કર્યા વગર હંમેશાં સ્વતંત્રતાપૂર્વક કામ કરતો રહ્યો છું.

મને વિશ્વાસ છે કે, તમને એ વાત યાદ હશે કે, તમે આરંભથી જ મારાથી એ વાત મનાવી લેવાના પ્રયાસો કરતાં રહ્યા છો કે, હું પોતાનો કેસ ગંભીરતાથી લઉં અને પોતાનો બચાવ ઠીકથી પ્રસ્તુત કરું, પરંતુ તમને એ પણ ખબર છે કે, હું હંમેશાં એનો વિરોધ કરતો રહ્યો છું. મેં ક્યારેય પણ પોતાનો બચાવ કરવાની ઈચ્છા પ્રગટ નથી કરી અને ના તો મેં ક્યારેય એના પર ગંભીરતાથી ધ્યાન આપ્યું છે.

તમે જાણો છો કો, અમે એક નિશ્ચિત નીતિ અનુસાર કેસ લડી રહ્યા છીએ. મારું દરેક પગલું આ નીતિ, મારા સિદ્ધાંતો અને અમારા કાર્યક્રમના અનુરૂપ હોવું જોઈએ. આજે સ્થિતિઓ બિલકુલ અલગ છે, પરંતુ જો સ્થિતિઓ એનાથી કંઈ અલગ હોત, તો પણ હું અંતિમ વ્યક્તિ હોત, જે બચાવ પ્રસ્તુત કરતો. આ પૂરા કેસમાં મારી સામે એક જ વિચાર હતો અને તે એ કે, અમારી વિરુદ્ધ જે ગંભીર આરોપ લગાવ્યા છે, તેમ છતાં અમે પૂર્ણરીતે આ સંબંધમાં અવહેલનાનો વ્યવહાર કરીએ. મારો દૃષ્ટિકોણ એ રહ્યો છે કે, બધા રાજનૈતિક કાર્યકર્તાઓએ એવી સ્થિતિઓમાં ઉપેક્ષા બતાવવી જોઈએ અને એમને જે પણ કઠોરત સજા આપવામાં આવે, તે એમને હસતાં-હસતાં સહન કરવી જોઈએ. આ પૂરા કેસ દરમિયાન અમારી યોજના આ જ સિદ્ધાંતના અનુરૂપ રહી છે. અમે એવું કરવામાં સફળ થયા કે નહીં, આ નિર્ણય કરવો મારું કામ નથી. અમે સ્વાર્થીપણાનો ત્યાગ કરીને પોતાનું કામ કરી રહ્યા છીએ.

વાયસરૉયે લાહોર ષડ્યંત્ર કેસ ઑર્ડિનેંસ જારી કરીને એની સાથે જે વક્તવ્ય આપ્યું હતું, એમાં એમણે કહ્યું હતું કે, આ ષડ્યંત્રના ગુનેગાર શાંતિ વ્યવસ્થાને સમાપ્ત કરવાનો પ્રયાસ કરી રહ્યા છે. એનાથી જે સ્થિતિ પેદા થઈ, એણે અમને એ તક આપી કે, અમે જનતાની સમક્ષ એ વાત પ્રસ્તુત કરીએ કે, તે ખુદ જોઈ લે કે શાંતિ-વ્યવસ્થા તેમજ કાનૂન સમાપ્ત કરવાના પ્રયાસો જે અમે કરી રહ્યા છે કે અમારા વિરોધી? આ વાત પર મતભેદ હોઈ શકે છે. કદાચ તમે પણ એમનામાંથી એક છો, જે આ વાત પર મતભેદ રાખે છે, પરંતુ એનો અર્થ એ નથી કે તમે મારી સાથે વિચાર-વિમર્શ કર્યા વગર મારી તરફથી આવું પગલું ઉઠાવો. મારી જિંદગી એટલી કિંમતી નથી, જેટલી કે તમે વિચારો છો. ઓછામાં ઓછું મારા માટે તો આ જીવનની એટલી કિંમત નથી કે એને સિદ્ધાંતોને કુરબાન ક રીને બચાવવામાં આવે. મારા સિવાય મારા અન્ય સાથી પણ છે, જેમના કેસ એટલા જ ગંભીર છે જેટલો કે મારો કે. અમે એક સંયુક્ત યોજના અપનાવી છે અને એ યોજના પર અમે અંતિમ સમય સુધી લાગેલા રહીશું. અમને એ વાતની કોઈ પરવાહ નથી કે, અમારે વ્યક્તિગત રૂપમાં આ વાત માટે કેટલું મૂલ્ય ચુકવવું પડશે.

પિતાજી, હું ખૂબ દુઃખનો અનુભવ કરી રહ્યો છું. મને ભય છે, તમારા પર દોષારોપણ કરીને કે એનાથી વધીને તમારા આ કામની નિંદા કરીને હું ક્યાંક સભ્યતાની સીમા ના ઓળંગી જાઉં અને મારા શબ્દ વધારે સખત ના થઈ જાય. પરંતુ હું સ્પષ્ટ શબ્દોમાં પોતાની વાત અવશ્ય કહીશ. જો કોઈ અન્ય વ્યક્તિ મારી સાથે આવો વ્યવહાર કરતો, તો હું એને ગદ્દારીથી ઓછો ના માનતો, પરંતુ તમારા સંદર્ભમાં હું એટલું જ કહીશ કે, આ એક કમજોરી છે- નીચલા સ્તરની કમજોરી.

આ એક એવો સમય હતો,જ્યારે આપણા સૌની પરીક્ષા થઈ રહી હતી. હું એ કહેવા ઇચ્છું છું કે, તમે આ પરીક્ષામાં અસફળ રહ્યા છો. હું જાણું છું કે, તમે પણ એટલા જ દેશપ્રેમી છો, જેટલું કે કોઈ અન્ય વ્યક્તિ હોઈ શકે છે. હું જાણું છું કે, તમે પોતાની પૂરી જિંદગી ભારતની આઝાદી માટે લગાવી દીધી, પરંતુ આ મહત્ત્વના વળાંક પર તમે આવી કમજોરી બતાવી, આ વાત હું સમજી નથી શકતો.

અંતમાં તમારાથી, તમારા અન્ય મિત્રો તેમજ મારા કેસમાં રસ લેનારાઓને એ કહેવા ઇચ્છીશ કે, હું તમારા આ પગલાંને નાપસંદ કરું છું. હું આજે પણ અદાલતમાં પોતાનો કોઈ બચાવ પ્રસ્તુત કરવાના પક્ષમાં નથી. જો અદાલત અમારા કેટલાક સાથીઓ તરફથી સ્પષ્ટીકરણ વગેરે માટે પ્રસ્તુત કરવામાં આવેલા આવેદનને મંજૂર કીર લેતી, તો પણ હું કોઈ સ્પષ્ટીકરણ પ્રસ્તુત ના કરતો.

ભૂખ હડતાળના દિવસોમાં ટ્રિબ્યૂનલને જે આવેદન પત્ર મેં આપ્યો હતું અને એ દિવસોમાં જે ઇન્ટરવ્યૂ આપ્યો હતો, એને ખોટા અર્થોમાં સમજવામાં આવ્યું અને અખબારોમાં એ પ્રકાશિત કરી દેવામાં આવ્યું કે, હું પોતાનું સ્પષ્ટીકરણ પ્રસ્તુત કરવા ઇચ્છું છું, જો કે હું હંમેશાં સ્પષ્ટીકરણ પ્રસ્તુત કરવાના વિરોધમાં રહ્યો. આજે પણ મારી એ જ માન્યતા છે, જે એ સમયે હતી.

બોસ્ટલ જેલમાં બંદી મારા સાથી આવાતને મારી તરફથી ગદ્દારી અને વિશ્વાસઘાત જ સમજી રહ્યા હશે. મને એમની સામે પોતાની સ્થિતિ સ્પષ્ટ કરવાની તક પણ નહીં મળી શકે.

હું ઇચ્છીશ કે, આ સંબંધમાં જે સમસ્યાઓ પેદા થઈ ગઈ છે, એમના વિષયમાં જનતાને સચ્ચાઈની જાણ થાય. આથી હું તમને પ્રાર્થના કરું છું કે, તમે જલ્દીથી જલ્દી આ ચિઠ્ઠી પ્રકાશિત કરી દો.

આપનો આજ્ઞાકારી,

ભગતસિંહ

★

ક્રાંતિકારી કાર્યક્રમનો દસ્તાવેજ
(ફેબ્રુઆરી, ૧૯૩૧)

'નૌજવાન રાજનીતિક કાર્યકર્તાઓના નામે પત્ર' શીર્ષકની સાથે મળેલા આ દસ્તાવેજના કેટલાય પ્રારૂપ અને હિન્દી અનુવાદ ઉપલબ્ધ છે, આ એના સંપૂર્ણ રૂપનું ગુજરાતી અનુવાદ છે. 'કોમના નામે સંદેશ'ના રૂપમાં એનું એક સંક્ષિપ્ત રૂપ પણ આ અનુભાગમાં સંકલિત છે. લાહોરના પીપુલ્સમાં ૨૯ જુલાઈ, ૧૯૩૧ અને ઈલાહાબાદના અભ્યુદયમાં ૮ મે, ૧૯૩૧ના અંકમાં આના કેટલાક અંશ પ્રકાશિત થયા હતા. આ દસ્તાવેજ અંગ્રેજ સરકારની એક ગુપ્ત પુસ્તક 'બંગાળમાં સંયુક્ત મોર્ચા આંદોલન'ની પ્રગતિ પર નોટમાંથી પ્રાપ્ત થયો, જેના લેખક એક સી.આઈ.ડી. અધિકારી સી.ઈ.એસ. ફેયરવેદર હતા અને જે તેમણે ૧૯૩૬માં લખી હતી. એના અનુસાર આ લેખ ભગતસિંહ દ્વારા લખવામાં આવ્યો હતો અને ૩ ઑક્ટોબર, ૧૯૩૧એ શ્રીમતી વિમલા પ્રભાદેવીનાં ઘરમાં તપાસ દરમિયાન જપ્ત થયો હતો. આ પત્ર/લેખ ભગતસિંહે ફાંસીથી લગભગ દોઢ-બે મહિના પહેલા, સંભવતઃ ૨ ફેબ્રુઆરી, ૧૯૩૧એ જેલમાંથી જ લખ્યો હતો.

નૌજવાન રાજનીતિક કાર્યકર્તાઓના નામે પત્ર

પ્રિય સાથીઓ,

આ સમયે આપણું આંદોલન અત્યંત મહત્ત્વપૂર્ણ સમયમાંથી પસાર થઈ રહ્યું છે. એક વર્ષના અથાગ સંઘર્ષ બાદ ગોલમેજ સંમેલને આપણી સામે, સંવૈધાનિક સુધારાઓ સંબંધિત કેટલીક નિશ્ચિત વાતો પ્રસ્તુત કરી છે અને કૉંગ્રેસી નેતાઓથી કહેવામાં આવ્યું છે કે, વર્તમાન પરિસ્થિતિઓમાં પોતાનું આંદોલન પાછું લઈને એમાં મદદ કરીએ. આ વાતનું આપણા માટે કોઈ મહત્ત્વ નથી કે, તેઓ આંદોલન સમાપ્ત કરવાનો નિર્ણય કરે છે કે નથી કરતા. એ તો નિશ્ચિત છે કે, વર્તમાન આંદોલનનો કોઈ અંત કોઈને કોઈ રીતે સમાધાનના રૂપમાં હશે. એ વાત અલગ છે કે, સમાધાન જલ્દી થાય છે કે વાર લાગે છે. હકીકતમાં સમાધાન કોઈ નિમ્નકક્ષાની કે ઘૃણિત વસ્તુ નથી, જેમ કે બહુધા સમજવામાં આવે છે. રાજનીતિક

સંઘર્ષોનો આ એક જરૂરી દાવ-પેચ છે. કોઈપણ રાષ્ટ્ર જે અત્યાચારી શાશકોની વિરુદ્ધ ઊભો થાય છે, શરૂમાં અવશ્ય અસફળ રહે છે. સંઘર્ષની વચ્ચે સમાધાન દ્વારા કેટલાક અડધા-અધૂરા સુધાર પ્રાપ્ત કરે છે અને માત્ર અંતિમ દોરમાં જ- જ્યારે બધી શક્તિઓ અને સાધન પૂરી રીતે સંગઠિત થઈ જાય છે- શાસક વર્ગને નષ્ટ કરવા માટે અંતિમ જોરદાર હુમલો કરી શકાય છે. પરંતુ એ પણ શક્ય છે કે, ત્યારે પણ અસફળતા હાથ લાગે અને કોઈ પ્રકારનું સમાધાન અનિવાર્ય થઈ જાય. રૂસના ઉદાહરણથી આ વાત સારી રીતે સ્પષ્ટ કરી શકાય છે.

૧૯૦૫માં જ્યારે રૂસમાં ક્રાંતિકારી આંદોલન શરૂ થયું તો રાજનીતિક નેતાઓને મોટી આશાઓ હતી. લેનિન ત્યારે વિદેશથી, જ્યાં તે શરણ લઈને રહેતા હતા, ત્યાંથી પરત આવ્યા હતા અને સંઘર્ષનું નેતૃત્વ કરી રહ્યા હતા. લોકો એમને એ બાતવવા પહોંચ્યા કે ડઝનો જાગીરદારને મારી નાખવામાં આવ્યા છે અને કેટલાય મહેલ સળગાવી દેવામાં આવ્યા છે. લેનિને ઉત્તરમાં કહ્યું કે, પરત ફરીને ૧૨૦૦ જાગીરદાર મારો એન એટલા જ મહેલ તેમજ હવેલીઓને સળગાવી દો, કેમ કે જો અસફળ રહ્યા તો પણ એનો કોઈક અર્થ હશે. ડ્યૂમા (રૂસી સંસદ)ની સ્થાપના થઈ. હવે લેનિને ડ્યૂમામાં હિસ્સો લેવાની વકીલાત કરી. આ ૧૯૦૭ની વાત છે, જ્યારે ૧૯૦૬માં તેઓ પહેલી ડ્યૂમામાં હિસ્સો લેવાની વિરુદ્ધ હતા, છતાં ડ્યૂમામાં કામ કરવાનો અવસર અધિક હતો અને આ ડ્યૂમાના અધિકાર અત્યંત સીમિત કરી દેવામાં આવ્યા હતા. એ નિર્ણય બદલાયેલી પરિસ્થિતિઓના કારણે હતો. હવે પ્રતિક્રિયાવાદી શક્તિઓ ખૂબ વધી રહી હતી અને લેનિન ડ્યૂમાના મંચને સમાજવાદી વિચારો પર ચર્ચા માટે ઉપયોગ કરવા ઇચ્છતા હતા.

પુનઃ ૧૯૧૭ની ક્રાન્તિ પછી, જ્યારે બોલ્શેવિક બ્રેશ્ત-લિતોવ્સ્ક સન્ધિ પર હસ્તાક્ષર કરવા માટે મજબૂર થયા, તો લેનિન સિવાય બાકી બધા એનો વિરોધ કરી રહ્યા હતા, પરંતુ લેનિને કહ્યું, ''શાંતિ, શાંતિ અને પુનઃ શાંતિ! કોઈપણ કિંમત પર શાંતિ થવી જોઈએ.'' જ્યારે કેટલાક બોલ્શેવિક વિરોધીઓએ આ સન્ધિ માટે લેનિનની નિંદા કરી, તો એમણે સ્પષ્ટ કહ્યું કે, ''બોલ્શેવિક જર્મન હુમલાનો સામનો કરવાનું સામર્થ્ય નથી રાખતા, આથી સંપૂર્ણ બરબાદીની જગ્યાએ સન્ધિને પ્રાથમિકતા આપવામાં આવી છે.'' જે વાત હું સ્પષ્ટ કરવા ઇચ્છું છું તે એ છે કે, સમાધાન એક એવું જરૂરી હથિયાર છે, જેને સંઘર્ષના વિકાસની સાથે-સાથે જ ઉપયોગ કરવો જરૂરી બની જાય છે, પરંતુ જે વાતનું હંમેશાં ધ્યાન રહેવું જોઈએ તે છે આંદોલનનો ઉદ્દેશ્ય. જે ઉદ્દેશ્યોની પ્રાપ્તિ માટે આપણે સંઘર્ષ કરી રહ્યા છીએ, એમના વિશે આપણે પૂરી રીતે સ્પષ્ટ રહેવું જોઈએ. આ વાતથી પોતાના આંદોલનની ઉપલબ્ધિઓ, સફળતાઓ તેમજ અસફળતાઓને આંકવામાં આપણને મદદ મળે છે અને આગલો કાર્યક્રમ બનાવવા તેમજ નક્કી કરવામાં

પણ. તિલકની નીતિ, એમના ઉદ્દેશ્યો છતાં એટલે કે એમના દાવ-પેચ ખૂબ સારા હતા. તમે પોતાના શત્રુથી સોળ આના મેળવવા માટે લડી રહ્યા છો. તમને એક આનો મળે છે, એને ખિસ્સામાં નાખો અને બાકી માટે સંઘર્ષ જારી રાખો. નર્મદલના લોકોમાં જે વાતની કમી અમે જોઈએ છીએ, તે એમના આદર્શની છે. તેઓ એક આની માટે લડે છે અને આથી એમને મળી જ કશું નથી શકતું. ક્રાંતિકારીઓએ એ વાત હંમેશાં પોતાના મનમાં રાખવી જોઈએ કે, તેઓ આમૂલ પરિવર્તન લાવનારી ક્રાંતિ માટે લડી રહ્યા છે. તેમણે તાકાતાની બાગડોર પૂરી રીતે પોતાના હાથોમાં લેવાની છે. સમાધાનથી આથી ડર મહેસૂસ થાય છે, કેમ કે પ્રતિક્રિયાવાદી શક્તિઓ સમાધાન પછી ક્રાંતિકારી શક્તિઓને સમાપ્ત કરાવવાના પ્રયાસો કરે છે, પરંતુ સમજદાર અને બહાદુર ક્રાંતિકારી નેતા, આંદોલનને એવા ખાડાઓમાં પડવાથી બચાવી શકે છે. આપણે એવા સમયમાં વધારે એવા વળાંક પર વાસ્તવિક મુદ્દાઓ અને ખાસ કરીને ઉદ્દેશ્યો-સંબંધિત કોઈ ગરબડ ના થવી દેવી જોઈએ. ઈંગ્લેન્ડની લેબર પાર્ટીએ વાસ્તવિક સંઘર્ષ સાથે દગો કર્યો છે અને તે (એના નેતા) માત્ર કુટિલ સામ્રાજ્યવાદી બનીને રહી ગયા છે.

મારા વિચારમાં આ રંગાયેલા સામ્રાજ્યવાદી લેબર નેતાઓ કરતાં કટ્ટર પ્રતિક્રિયાવદી આપણા માટે સારા છે. દાવ-પેચો અને રણનીતિ-સંબંધી લેનિનના જીવન અને લેખન પર આપણે વિચાર કરવો જોઈએ. સમાધાનના મામલા પર ‘વામપંથી કમ્યુનિઝ્મ’માં એમના સ્પષ્ટ વિચાર મળે છે.

કૉંગ્રેસનો ઉદ્દેશ્ય શું છે?

મેં કહ્યું છે કે, વર્તમાન આંદોલન કોઈને કોઈ સમાધાન કે પૂર્ણ અસફળતામાં સમાપ્ત થશે.

મેં એ આથી કહ્યું કેમ કે મારી સલાહમાં આ સમયે વાસ્તવિક ક્રાંતિકારી તાકાતો મેદાનમાં નથી. આ સંઘર્ષ મધ્યમવર્ગીય દુકાનદારો અને કેટલાક પૂંજીપતિઓના સાથથી કરવામાં આવી રહ્યો છે. આ બંને વર્ગ, ખાસ કરીને પૂંજીપતિ પોતાની સંપત્તિ કે મિલ્કત ખતરામાં નાખવાની હિંમત નથી કરી શકતા. વાસ્તવિક ક્રાંતિકારી સેનાઓ તો ગામો અને કારખાનાઓમાં છે - ખેડૂત અને શ્રમિક. પરંતુ આપણા ‘બુર્જુઆ’ નેતાઓમાં એમને સાથે લેવાની હિંમત નથી, ના તો તેઓ એવી હિંમત કરી શકે છે. આ સુઈ રહેલા સિંહ જો એકવાર ઘેરી નિદ્રામાંથી જાગી ગયા, તો તે આપણા નેતાઓની લક્ષ્યપૂર્તિ પછી પણ રોકાવાના નથી. ૧૯૨૦માં અમદાવાદના શ્રમિકોની સાથે પોતાના પ્રથમ અનુભવ પછી મહાત્મા ગાંધીએ કહ્યું હતું, ‘‘આપણે શ્રમિકોની સાથે સાંઠ-ગાંઠ ના કરવી જોઈએ. કારખઆનાઓના સર્વહારા વર્ગનો રાજનીતિક હિતો માટે ઉપયોગ કરવો ખતરનાક છે.’’ (મે, ૧૯૨૧ના ‘ધી ટાઈમ્સ’માંથી) ત્યારથી એમણે આ વર્ગને

સાથે લેવાનું કષ્ટ નથી ઉઠાવ્યું. આ જ સ્થિતિ ખેડૂતોની સાથે છે. ૧૯૨૨નો બારડોલી-સત્યાગ્રહ પૂરી રીતે એ સ્પષ્ટ કરે છે કે, નેતાઓએ જ્યારે ખેડૂત વર્ગના એ વિદ્રોહને જોયો, જેણે ના માત્ર વિદેશી રાષ્ટ્રના પ્રભુત્વથી જ મુક્તિ પ્રાપ્ત કરવાની હતી બલ્કે દેશી જમીનદારોની ઝંઝીરો પણ તોડી દેવાની હતી, તો કેટલું જોખમ મહેસૂસ કર્યું હતું.

આ જ કારણ છે કે, આપણા નેતા ખેડૂતોની આગળ ઝુકવાને બદલે અંગ્રેજોની આગળ ઘુંટણો ટેકવાનું પસંદ કરે છે. પંડિત જવાહરલાલને છોડી દઈએ તો શું તમે કોઈ નેતાનું નામ લઈ શકો છો, જેણે શ્રમિકો કે ખેડૂતોને સંગઠિત કરવાનો પ્રયાસ કર્યો હોય. ના, તેઓ જોખમ નહીં લે. આ જ એમનામાં કમી છે, આથી હું કહું છું કે, તેઓ સંપૂર્ણ આઝાદી નથી ઇચ્છતા. આર્થિક અને પ્રશાસકીય દબાવ નાખીને તેઓ કેટલાક સુધાર, એટલે ભારતીય પૂંજીપતિઓ માટે કેટલીક વધારે છૂટછાટ પ્રાપ્ત કરવા ઇચ્છશે. આથી હું કહું છું કે, આ આંદોલનનો બેડો તો ડૂબશે જ- કદાચ કોઈને કોઈ સમાધાન કે એવી કોઈ વસ્તુ વગર જ. નવયુવક કાર્યકર્તા, જે પૂરી તનદેહીથી 'ઇંકલાબ ઝિંદાબાદ'ના નારા લગાવે છે, સ્વયં પૂરી રીતે સંગઠિત નથી અને પોતાનું આંદોલન આગળ લઈ જવાની તાકાત નથી રાખતા. હકીકતમાં પંડિત મોતીલાલ નેહરૂ સિવાય આપણા મોટા નેતા કોઈ જવાબદારી લેવા નથી ઇચ્છતા. આ જ કારણ છે કે, તેઓ દરેક વખતે ગાંધીની આગળ શરત વગર ઘુંટણો ટેકવી દે છે. અલગ અભિપ્રાય હોવા પર પણ તેઓ પૂરા જોરથી વિરોધ નથી કરતા અને ગાંધીના કારણે પ્રસ્તાવ પાસ કરી દેવામાં આવે છે.

આવી પરિસ્થિતિઓમાં, ક્રાન્તિ પ્રતિ પૂરી ગંભીરતા રાખવાવાળા નૌજવાન કાર્યકર્તાઓને હં ચેતવણી આપવા ઇચ્છું છું કે, કઠિન સમય આવી રહ્યો છે, તેઓ સજાગ રહે, હિમ્મત ના હારે અને સમસ્યાઓમાં ના ફસાય. 'મહાન ગાંધી'ના બે સંઘર્ષોના અનુભવો પછી આપણે આજની પરિસ્થિતિ તેમજ ભવિષ્યના કાર્યક્રમ વિશે સ્પષ્ટ અભિપ્રાય બનાવી શકીએ છીએ. હવે હું બિલકુલ સાદી રીતથી આ કેસ બતાવું છું. તમે 'ઇંકલાબ-ઝિંદાબાદ'નો નારો લગાવો છો. હું એ માનીને ચાલુ છું કે, તમે એનો અર્થ સમજો છો. ઍસેમ્બલી બૉમ્બ કેસમાં આપવામાં આવેલી અમારી પરિભાષા અનુસાર, ઇંકલાબનો અર્થ- વર્તમાન સામાજિક માળખામાં પૂર્ણ પરિવર્તન અને સમાજવાદની સ્થાપના છે. આ લક્ષ્ય માટે અમારું પ્રથમ પગલું તાકાત પ્રાપ્ત કરવાનું છે. હકીકતમાં 'રાજ્ય', એટલે કે સરકારી મશીનરી, શાસક વર્ગના હાથોમાં પોતાના હિતોની રક્ષા કરવા અને એમને આગળ વધારવાનું યંત્ર જ છે. અમે આ યંત્રને છીનવીને પોતાના આદર્શોની પૂર્તિ માટે ઉપયોગ કરવા ઇચ્છીએ છીએ. અમારો આદર્શ છે- નવા ઢંગથી સામાજિક સંરચના, એટલે માર્ક્સવાદી ઢંગથી. આ જ લક્ષ્ય માટે અમે સરકારી મશીનરીનો ઉપયોગ કરવા ઇચ્છીએ છીએ. જનતાને સતત શિક્ષણ આપતા રહેવાનું છે જેથી પોતાના સામાજિક કાર્યક્રમની પૂર્તિ માટે અનુકૂળ તેમજ સુવિધાજનક વાતાવરણ બનાવી શકાય. આપણે એમને સંઘર્ષો દરમિયાન જ સારું પ્રશિક્ષણ અને શિક્ષણ આપી શકીએ છીએ.

આ વાતો વિશે સ્પષ્ટતા, એટલે આપણાં અંતિમ લક્ષ્યને સ્પષ્ટતાથી સમજ્યા પછી આપણે આજની પરિસ્થિતિનું વિશ્લેષણ કરી શકીએ છીએ. કોઈપણ સ્થિતિનું વિશ્લેષણ કરતાં સમયે આપણે હંમેશાં બિલકુલ ખુલ્લાદિલવાળા કે વ્યાવહારિક હોવું જોઈએ.

આપણે જાણીએ છીએ કે, જ્યારે ભારત સરકારમાં ભારતીયોની ભાગીદારીને લઈને હલ્લો થયો હતો તો મિણ્ટો-માર્લે સુધાર લાગુ થયા હતા, જેમના દ્વારા માત્ર સલાહ આપવાનો અધિકાર રાખવાવાલી વાયસરૉય-પરિષદ બનાવવામાં આવી હતી.

વિશ્વયુદ્ધ દરમિયાન જ્યારે ભારતીય સહાયતાની અત્યંત જરૂર હતી તો સ્વાયત્ત-શાસનવાળી સરકારનું વચન આપવામાં આવ્યું અને વર્તમાન સુધાર લાગુ કરવામાં આવ્યા. ઍસેમ્બલીને કેટલાક સીમિત કાયદા બનાવવાની શક્તિ આપવામાં આવી, પરંતુ બધુ જ વાયસરૉયની ખુશી પર નિર્ભર છે. હવે ત્રીજું સ્ટેજ છે.

હવે સુધારાઓ સંબંધિત વિચાર થઈ રહ્યા છે અને નજીકના ભવિષ્યમાં આ લાગુ થશે. હવે નૌજવાન એમની પરીક્ષા કેવી રીતે કરી શકે છે? આ એક સવાલ છે. હું નથી જાણતો કે, કૉંગ્રેસી નેતા કેવી રીતે એમની પરખ કરશે? પરંતુ આપણે ક્રાંતિકારી એમને નિમ્નલિખિત કસોટી પર પરખીશું -

૧. કોઈ સીમા સુધી શાસનની જવાબદારી ભારતીયોને સોંપવામાં આવે છે?

૨. શાસન ચલાવવા માટે કયા પ્રકારની સરકાર બનાવવામાં આવે છે અને સામાન્ય જનતાને એમાં હિસ્સો લેવાની ક્યાં સુધી તક મળે છે?

૩. ભવિષ્યમાં શું સંભાવનાઓ હોઈ શકે છે અને આ ઉપલબ્ધિઓને કયા પ્રકારે બચાવી શકાય છે?

એના માટે કદાચ બીજા કેટલાક સ્પષ્ટીકરણની જરૂર હોય. પહેલી વાત એ છે કે, આપણી જનતાના પ્રતિનિધિઓને કાર્યપાલિકા પર કેટલો અધિકાર અને જવાબદારી પ્રાપ્ત થાય છે. અત્યાર સુધી કાર્યપાલિકાને લેજિસ્લેટિવ ઍસેમ્બલીની સામે ઉત્તરદાયી નથી બનાવવામાં આવી. વાયસરૉયની પાસે વીટોની તાકાત છે, જેનાથી પસંદ કરાયેલા પ્રતિનિધિઓની બધી કોશિશો બેઅસર અને ઠપ્પ કરી દેવામાં આવે છે.

અમે સ્વરાજ્ય પાર્ટીના આભારી છીએ, જેમના પ્રયાસોથી વાયસરૉયે પોતાની આ તાકાતનો ખૂબ બેશર્મીથી વારંવાર ઉપયોગ કર્યો અને રાષ્ટ્રીય પ્રતિનિધિઓના મર્યાદાભર્યા નિર્ણય પગ નીચે કચડી દેવામાં આવ્યા. આ વાત પૂરી રીતે સ્પષ્ટ છે અનેએના પર વધારે ચર્ચાની જરૂર નથી.

આવો, સૌથી પહેલાં કાર્યકારિણીની સ્થાપનાના ઢંગ પર વિચાર કરીએ. શું કાર્યકારિણીને ઍસેમ્બલીના ચૂંટાયેલા સદસ્ય ચૂંટે છે કે પહેલાંની જેમ જ ઉપર થોપી દેવામાં આવશે? શું આ ઍસેમ્બલીની આગળ જવાબદારી હસે કે પહેલાની

જેમ જ ઍસેમ્બલીનું અપમાન કરશે?

જ્યાં સુધી બીજી વાતનો સંબંધ છે, એને આપણે વયસ્ક મતાધિકારની સંભાવનાથી જોઈ શકીએ છીએ. સંપત્તિ હોવાની ધારાને પૂરી રીતે સમાપ્ત કરી વ્યાપક મતાધિકાર આપવામાં આવવા જોઈએ. દરેક વયસ્ક સ્ત્રી-પુરુષને વોટનો અધિકાર મળવો જોઈએ. હવે તો માત્ર એ જોઈ શકીએ છીએ કે, મતાધિકાર કઈ સીમા સુધી આપવામાં આવે છે.

જ્યાં સુધી વ્યવસ્થાનો પ્રશ્ન છે, અત્યારે બે સભાઓવાળી સરકાર છે. મારા વિચારમાં ઉચ્ચ સભા ભ્રમજાળ કે બહેકાવા સિવાય કશું નથી. મારી સમજથી જ્યાં સુધી આશા કરી શકાય, એક સભાવાળી સરકાર સારી છે.

અહીં હું પ્રાંતીય સ્વાયત્તતા વિશે કશું કહેવા ઇચ્છીશ. જે કંઈ મેં સાંભળ્યું છે, એના આધાર પર એ કહી શકું છું કે, ઉપર થોપેલા ગવર્નર, જેની પાસે ઍસેમ્બલીથી ઉપર વિશેષ અધિકાર હશે, તાનાશાહથી ઓછા સાબિત નહીં થાય. આપણે આને પ્રાંતીય સ્વાયત્તતા ના કહીને પ્રાંતીય અત્યાચાર કહીએ. રાજ્યની સંસ્થાઓનું આ અજીબ લોકતાંત્રીકરણ છે.

ત્રીજી વાત તો બિલકુલ સ્પષ્ટ છે. છેલ્લા બે વર્ષથી અંગ્રેજ રાજનીતિજ્ઞ એ વાયદાને ખતમ કરવામાં લાગ્યા છે, જેને મોંટેગ્યૂએ એ કહીને કરી દીધો હતો કે, જ્યાં સુધી અંગ્રેજી ખજાનામાં દમ છે, પ્રત્યેક દસ વર્ષ પર અન્ય વધારે સુધારા કરતાં રહીશું.

આપણે જોઈ શકીએ છીએ કે, એમણે ભવિષ્ય માટે શું નિર્ણય લીધો છે. હું એ વાત સ્પષ્ટ કરી દઉં કે, અમે આ વાતોનું વિશ્લેષણ નથી કરી રહ્યા કે, ઉપલબ્ધિઓ પર જશ્ન મનાવવામાં આવે, બલ્કે આથી કે જનતામાં જાગૃતિ લાવવામાં આવી શકાય અને એમને આવનારા સંઘર્ષો માટે તૈયાર કરી શકાય. અમારા માટે સમાધાન ઘુંટણો ટેકવાનું નથી, બલ્કે એક પગલું વધારવાનું અને પછી થોડો આરામ કરવાનો છે.

પરંતુ એની સાથે જ આપણે એ પણ સમજી લેવું જોઈએ કે, સમાધાન એનાથી વધારે કશું છે પણ નહીં. આ અંતિમ લક્ષ્ય અને અંતિમ વિશ્રામની જગ્યા નથી. વર્તમાન પરિસ્થિતિ પર થોડી હદ સુધી વિચાર કર્યા પછી ભવિષ્યના કાર્યક્રમ અને કાર્યનીતિ પર પણ વિચાર કરી લેવામાં આવે.

જેમ કે મેં પહેલાં પણ કહ્યું છે કે, કોઈ ક્રાંતિકારી પાર્ટી માટે નિશ્ચિત કાર્યક્રમ થવો ખૂબ જરૂરી છે. તમને એ જાણ હોવી જોઈએ કે, ક્રાંતિનો અર્થ ગતિવિધિ છે. એનો અર્થ સંગઠિત તેમજ ક્રમબદ્ધ કામ દ્વારા સમજેલો-વિચારેલો ફેરફાર લાવવાનો છે અને આ તોડફોડ અસંગઠિત, એકદમ કે સ્વતઃ પરિવર્તનની વિરુદ્ધ છે. કાર્યક્રમ બનાવવા માટે અનિવાર્ય રૂપથી આ વાતોના અધ્યયનની જરૂર છે :-

૧. મંજિલ (લક્ષ્ય) કે ઉદ્દેશ્ય.

૨. આધાર, જયાંથી શરૂ કરવાનું છે, એટલે કે વર્તમાન પરિસ્થિતિ.

૩. કાર્યરૂપ, એટલે કે સાધન તેમજ દાવ-પેચ.

જ્યાં સુધી આ તત્વોના સંબંધમાં કોઈ સ્પષ્ટ સંકલ્પ નથી, ત્યાં સુધી કાર્યક્રમ-સંબંધિત કોઈ વિચાર સંભવ નથી.

વર્તમાન પરિસ્થિતિ પર આપણે થોડી હદ સુધી વિચાર કરી ચુક્યા છીએ, લક્ષ્ય-સંબંધિત પણ કેટલીક ચર્ચાઓ થઈ છે. અમે સમાજવાદી ક્રાંતિ ઇચ્છીએ છીએ, જેના માટે પાયાની જરૂરિયાત રાજનીતિક ક્રાંતિની છે. આ જ છે, જે અમે ઇચ્છીએ છીએ. રાજનીતિક ક્રાન્તિનો અર્થ રાજસત્તા (એટલે કે તાકાત)નું અંગ્રેજી હાથોમાંથી ભારતીય હાથોમાં આવવાનું છે અને એ પણ એ ભારતીયોના હાથોમાં, જેમનું અંતિમ લક્ષ્ય આપણા લક્ષ્ય સાથે મળતું હોય. વધારે સ્પષ્ટતાથી કહીએ તો- રાજસત્તાનું સામાન્ય જનતાના પ્રયાસથી ક્રાંતિકારી પાર્ટીના હાથોમાં આવવું. એના પછી પૂરી ગંભીરતાથી પૂરા સમાજને સમાજવાદી દિશામાં લઈ જવા માટે લાગી જવું પડશે. જો ક્રાંતિથી તમારો એ અર્થ નથી તો મહાશય, મહેરબાની કરો અને 'ઇંકલાબ ઝિંદાબાદ'ના નારા લગાવવાનું બંધ કરી દો. ઓછામાં ઓછું અમારા માટે 'ક્રાન્તિ' શબ્દમાં ખૂબ ઊંચા વિચાર નિહિત છે અને એનો પ્રયોગ કોઈ ગંભીરતા વગર ના કરવો જોઈએ, નહીં તો એનો દુરુપયોગ થશે. પરંતુ જો તમે કહો છો કે, તમે રાષ્ટ્રીય ક્રાન્તિ ઇચ્છો છો, જેનું લક્ષ્ય ભારતીય ગણતંત્રની સ્થાપના છે, તો મારો પ્રશ્ન એ છે કે એના માટે તમે, ક્રાન્તિમાં સહાયક થવા માટે કઈ શક્તિઓ પર નિર્ભર કરી રહ્યા છો? ક્રાન્તિ રાષ્ટ્રીય હોય કે સમાજવાદી, જે શક્તિઓ પર આપણે નિર્ભર થઈ શકીએ છીએ- તે છે ખેડૂત અને શ્રમિકવર્ગ. કૉંગ્રેસી નેતાઓમાં એમને સંગઠિત કરવાની હિંમત નથી, આ આંદોલનમાં એ તમે સ્પષ્ટ જોઈ લીધું છે. કોઈ અન્ય કરતાં એમને એ વાતનો અહેસાસ છે કે, આ શક્તિઓ વગર તેઓ લાચાર છે. જ્યારે એમણે સંપૂર્ણ આઝાદીનો પ્રસ્તાવ પાસ કર્યો તો એનો અર્થ ક્રાન્તિ પર જ હતો, પણ એમનો (કૉંગ્રેસનો) અર્થ એ ન હતો. એને નૌજવાન કાર્યકર્તાઓના દબાણમાં પાસ કરવામાં આવ્યો હતો અને એનો ઉપયોગ તેઓ ધમકીના રૂપમાં કરવા ઇચ્છતા હતા, જેથી પોતાનું મનગમતું ડોમિનિયન સ્ટેટ્સમાં પ્રાપ્ત કરી શકે. તમે કૉંગ્રેસના પાછલા ત્રણેય અધિવેશનોના પ્રસ્તાવ વાંચીને એ સંબંધમાં ઠીક અભિપ્રાય બનાવી શકો છો. મારો ઇશારો મદ્રાસ, કલકત્તા તેમજ લાહોર અધિવેશનોની તરફ છે. કલકત્તામાં ડોમિનિયન સ્ટેટ્સની માંગનો પ્રસ્તાવ પાસ કરવામાં આવ્યો. ૧૨ મહિનાની અંતર આ માંગને સ્વીકાર કરવા માટે કહેવામાં આવ્યું અને જો એવું ના કરવામાં આવ્યું તો કૉંગ્રેસ મજબૂર થઈને પૂર્ણ આઝાદીને પોતાનો ઉદ્દેશ્ય બનાવી લેશે. પૂરી ગંભીરતાથી તેઓ ૩૧ ડિસેમ્બર, ૧૯૨૯ની અડધી રાત સુધી આ ભેટને પ્રાપ્ત કરવાની રાહ જોતા રહ્યા અને ત્યારે એમણે પૂર્ણ આઝાદીનો પ્રસ્તાવ માનવા માટે સ્વયંને

'વચનબદ્ધ' મેળવ્યા, જે તેઓ ઇચ્છતા ન હતા અને ત્યારે પણ મહાત્માજીએ એ વાત છુપાવીને ના રાખી કે, વાતચીતના દરવાજા ખુલ્લા છે. આ હતો એનો વાસ્તવિક આશય. બિલકુલ શરૂથી જ તેઓ જાણતા હતા કે, એમના આંદોલનનો અંત કોઈને કોઈ પ્રકારના સમાધાનમાં થશે. આ બેદિલીથી અમે નફરત કરીએ છીએ, ના કે સંઘર્ષના કોઈ મુદ્દા પર સમાધાનથી.

અમે આ વાત પર વિચાર કરી રહ્યા હતા કે, ક્રાન્તિ કઈ-કઈ તાકાતો પર નિર્ભર છે? પરંતુ જો તમે વિચારો છો કે, ખેડૂતો અને મજૂરોને સક્રિય ભાગીદારી માટે તમે મનાવી લેશો તો હું બતાવવા ઇચ્છું છું કે, તેઓને કોઈ પ્રકારની ભાવુક વાતોથી મૂર્ખ નથી બનાવી શકાતા. તેઓ સાફ-સાફ પૂછશે કે, એમને તમારી ક્રાન્તિથી શું લાભ થશે, એ ક્રાન્તિ જેના માટે તમે એમના બલિદાનની માંગ કરી રહ્યા છો. ભારત સરકારના પ્રમુખ લૉર્ડ રીડિંગની જગ્યાએ જો સર પુરુષોત્તમ દાસ ઠાકુર દાસ હોય, તો એમને (જનતાને) એનાથી શું ફરક પડે છે? એક ખેડૂતને એનાથી શું ફરક પડશે, જો લૉર્ડ ઇરવિનની જગ્યાએ સર તેજ બહાદુર સપ્રુ આવી જાય. રાષ્ટ્રીય ભાવનાઓની અપીલ બિલકુલ બેકાર છે. એને તમે પોતાના કામ માટે 'ઉપયોગ' નથી કરી શકતા. તમારે ગંભીરતાથી કામ લેવું પડશે અને એમને સમજાવવા પડશે કે, ક્રાન્તિ એમના હિતમાં છે અને એમની પોતાની છે. સર્વહારા શ્રમિક વર્ગની ક્રાન્તિ, સર્વહારા માટે.

જ્યારે તમે પોતાના લક્ષ્ય વિશે સ્પષ્ટ અવધારણા બનાવી લેશો, તો એવા ઉદ્દેશ્યની પૂર્તિ માટે તમે પોતાની શક્તિ એકઠી કરવામાં લાગી જશો. હવે બે અલગ-અલગ પડાવોમાંથી પસાર થવું પડશે - પ્રથમ તૈયારીનો પડાવ, બીજો એને કાર્યરૂપ આપવાનો.

જ્યારે આ વર્તમાન આંદોલન સમાપ્ત થશે તો તમે અનેક પ્રામાણિક તેમજ ગંભીર ક્રાંતિકારી કાર્યકર્તાઓને નિરાશ તેમજ ઉચાટ જોશો, પરંતુ તમારે ગભરાવવાની જરૂર નથી. ભાવુકતા એક તરફ રાખો. વાસ્તવિકતાનો સામનો કરવા માટે તૈયાર થાઓ. ક્રાન્તિ કરવી ખૂબ કઠિન કામ છે. આ કોઈ એક માણસની તાકાતના વશની વાત નથી અને ના તો આ કોઈ નિશ્ચિત તારીખે આવી શકે છે. આ તો વિશેષ સામાજિક-આર્થિક પરિસ્થિતિઓથી પેદા થાય છે અને એક સંગઠિત પાર્ટીએ એવા અવસરને સંભાળવાના હોય છે અને જનતાને એના માટે તૈયાર કરવાના હોય છે. ક્રાન્તિના મુશ્કેલ કાર્ય માટે બધી શક્તિઓને સંગઠિત કરવાની હોય છે. આ બધા માટે ક્રાન્તિકારી કાર્યકર્તાઓએ અનેક બલિદાનો આપવાના હોય છે. અહીં હું સ્પષ્ટ કહી દઉં કે, જો તમે વેપારી છો કે સુસ્થિર દુનિયાદાર કે પારિવારિક વ્યક્તિ છો, તો મહાશય! આ આગથી ના રમો. એક નેતાના રૂપમાં

તમે પાર્ટીના કોઈ કામના નથી. પહેલા જ આપણી પાસે એવા ઘણા બધા નેતા છે, જે સાંજના સમયે ભાષણ આપવા માટે થોડો સમય જરૂર કાઢી લેતા હતા. આ નેતા આપણા કોઈ કામના નથી. અમે તો લેનિનના અત્યંત પ્રિય શબ્દ 'પેશેવર ક્રાન્તિકારી'નો પ્રયોગ કરીશું. પૂરો સમય આપવાવાળો કાર્યકર્તા, ક્રાન્તિ સિવાય જીવનમાં જેમની બીજી કોઈ ઇચ્છા જ ના હોય. જેટલા અધિક એવા કાર્યકર્તા પાર્ટીમાં સંગઠિત થશે, એટલા જ સફળતાના અવસર વધારે હશે.

પાર્ટીને ઠીક ઢંગથી આગળ વધારવા માટે જે વાતની સૌથી વધારે જરૂર છે, તે એ કે, એવા કાર્યકર્તા સ્પષ્ટ વિચાર, પ્રત્યક્ષ સમજદારી, પહેલકદમીની યોગ્યતા અને તુરંત નિર્ણય કરી શકવાની શક્તિ રાખતા હોય. પાર્ટીમાં ફૌલાદી અનુશાસન હશે અને એ જરૂરી નથી કે, પાર્ટી ભૂમિગત રહીને જ કામ કરે, બલ્કે એના વિપરીત ખુલ્લા રૂપમાં કામ કરી શકે છે, જો કે સ્વેચ્છાથી જેલ જવાની નીતિ પૂરી રીતે છોડી દેવામાં આવવી જોઈએ. આ રીતે ઘણાં બધા કાર્યકર્તાઓને ગુપ્ત રૂપથી કામ કરતાં-કરતાં જીવન વિતાવવાની પણ જરૂર પડી શકે છે, પરંતુ એમણે એ જ રીતથી પૂરા ઉત્સાહથી કામ કરતા રહેવું જોઈએ અને આ જ છે એ ગ્રુપ, જેનાથી અવસર સંભાળી શકવાવાળા નેતા તૈયાર થશે.

પાર્ટીને કાર્યકર્તાઓની જરૂર પડશે, જેમને નૌજવાનોના આંદોલનોમાંથી ભરતી કરી શકાય છે. આથી નવયુવકોના આંદોલન સૌથી પહેલી મંજિલ છે, જ્યાંથી આપણું આંદોલન શરૂ થશે. યુવક આંદોલને અધ્યયન-કેન્દ્ર (સ્ટડી સર્કલ) ખોલવા જોઈએ. લીફલેટ, પેમ્ફલેટ, પુસ્તકો, મેગેઝીન છાપવા જોઈએ. ક્લાસોમાં લેક્ચર થવા જોઈએ. રાજનીતિક કાર્યકર્તાઓ માટે ભરતી કરવા અને પ્રશિક્ષણ આપવાની આ સૌથી સારી જગ્યા હશે.

એ નૌજવાનોને પાર્ટીમાં લઈ લેવા જોઈએ, જેમના વિચાર વિકસિત થઈ ચુક્યા છે અને તેઓ પોતાનું જીવન આ કામમાં લગાવવા માટે તૈયાર છે. પાર્ટી કાર્યકર્તા નવયુવક આંદોલનના કામને દિશા આપશે. પાર્ટી પોતાનું કામ પ્રચારથી શરૂ કરશે. આ અત્યંત જરૂરી છે. ગદર પાર્ટી (૧૯૧૪-૧૫)નું અસફળ થવાનું મુખ્ય કારણ હતું - જનતાની અજ્ઞાનતા, લગાવહીનતા અને કેટલીયવાર વિરોધ. એ ઉપરાંત ખેડૂતો અને મજૂરોનું સક્રિય સમર્થન પ્રાપ્ત કરવા માટે પણ પ્રચાર જરૂરી છે. પાર્ટીનું નામ કમ્યુનિસ્ટ પાર્ટી હોય. નક્કર અનુશાસનવાળી રાજનીતિક કાર્યકર્તાઓની આ પાર્ટી બાકી બધા આંદોલન ચલાવશે. એણે શ્રમિકો તેમજ ખેડૂતોની તથા અન્ય પાર્ટીઓનું સંચાલન પણ કરવું પડશે અને લેબર યૂનિયન કૉંગ્રેસ તથા એ પ્રકારની અન્ય રાજનીતિક સંસ્થાઓ પર પ્રભાવી થવાનો પ્રયાસ પણ પાર્ટી કરશે. પાર્ટી એક મોટું પ્રકાશન-અભિયાન ચલાવશે, જેનાથી રાષ્ટ્રીય

ચેતના જ નહીં, વર્ગ ચેતના પણ પેદા થશે. સમાજવાદી સિદ્ધાંતોના સંબંધમાં જનતાને સચેત બનાવવા માટે બધી સમસ્યાઓની વિષયવસ્તુ પ્રત્યેક વ્યક્તિની સમજમાં આવવી જોઈએ અને એવા પ્રકાશનોને મોટા પાયા પર વિતરિત કરવામાં આવવા જોઈએ. લેખન સાદું અને સ્પષ્ટ હોય.

મજૂર આંદોલનમાં એવા વ્યક્તિ છે, જે મજૂરો અને ખેડૂતોની આર્થિક અને રાજનીતિક સ્વતંત્રતા વિશે ખૂબ અજીબ વિચાર રાખે છે. આ લોકો ઉત્તેજના ફેલાવનારા કે બોખલાયેલા છે. એવા વિચાર કાં તો બકવાસ છે કે કલ્પનાહીન. આપણો અર્થ જનતાની આર્થિક સ્વતંત્રતાથી છે અને એના માટે આપણે રાજનીતિક તાકાત પ્રાપ્ત કરવા ઇચ્છીએ છીએ. એમાં કોઈ સંદેહ નથી કે, શરૂમાં નાની-મોટી આર્થિક માંગો અને આ વર્ગોના વિશેષ અધિકારો માટે આપણે લડવું પડશે. આ જ સંઘર્ષ એમને રાજનીતિક તાકાત પ્રાપ્ત કરવાના અંતિમ સંઘર્ષ માટે સચેત તેમજ તૈયાર કરશે.

એ ઉપરાંત સૈનિક વિભાગ સંગઠિત કરવો પડશે. આ ખૂબ મહત્ત્વપૂર્ણ છે. કેટલીય વાર એની ખરાબ રીતે જરૂર હોય છે. એ સમયે શરૂ કરીને તમે એવું ગ્રુપ તૈયાર નથી કરી શકતા, જેમની પાસે કામ કરવાની પૂરી તાકાત હોય. કદાચ આ વિષયને ઝીણવટતાથી સમજાવવો જરૂરી છે. આ વિષય પર મારા વિચારોને ખોટો રંગ અપાય તેવી ખૂબ વધારે સંભાવના છે. ઉપરી રીતે મેં એક આતંકવાદીની જેમ કામ કર્યું છે, પરંતુ હું આતંકવાદી નથી. હું એક ક્રાન્તિકારી છું, જેના દીર્ઘકાલિક કાર્યક્રમ સંબંધિત ઠોસ તેમજ વિશિષ્ટ વિચાર છે, જેના પર અહીં વિચાર કરવામાં આવી રહ્યો છે. 'શસ્ત્રોના સાથી' મારા કેટલા સાથી મને રામપ્રસાદ બિસ્મિલની જેમ એ વાત માટે દોષી ઠેરવશે કે, ફાંસીની કોઠરીમાં રહીને મારી ભીતર કોઈ પ્રતિક્રિયા પેદા થઈ છે. એમાં કોઈ પણ સચ્ચાઈ નથી. મારા વિચાર એ જ છે, મારામાં એ જ દૃઢતા છે અને જે એ જ જોશ તેમજ સ્પિરિટ મારામાં અહીં છે, જે બહાર હતું-ના, એનાથી કંઈક વધારે છે. આથી પોતાના વાચકોને હું ચેતવણી આપવા ઈચ્છું છું કે, મારા શબ્દોને તેઓ પૂરા ધ્યાનથી વાંચે.

તેમણે પંક્તિઓની વચ્ચે કશું પણ ના જોવું જોઈએ. હું પોતાની પૂરી તાકાતથી એ કહેવા ઈચ્છું છું કે, ક્રાન્તિકારી જીવનના શરૂના થોડા દિવસો સિવાય ના તો હું આતંકવાદી છું અને ના તો હતો; અને મને પૂરો વિશ્વાસ છે કે, આ પ્રકારની રીતોથી આપણે કશું પણ પ્રાપ્ત નથી કરી શકતા. હિન્દુસ્તાન સમાજવાદી રિપબ્લિકન પાર્ટીના ઇતિહાસથી એ બિલકુલ સ્પષ્ટ થઈ જાય છે. અમારા બધા કામ આ જ દિશામાં હતા, એટલે મોટા રાષ્ટ્રીય આંદોલનોના સૈનિકવિભાગની જગ્યાએ પોતાની ઓળખ કરાવવી. જો કોઈએ મને ખોટો સમજી લીધો છે, તો તેઓ સુધાર કરી લે. મારો અર્થ એ ક્યારેય નથી કે, બૉમ્બ તેમજ પિસ્તોલ બેકાર છે, બલ્કે એના વિપરીત, એ લાભદાયક છે. પરંતુ મારો અર્થ એ જરૂર છે કે,

માત્ર બૉમ્બ ફેંકવા ના માત્ર બેકાર, બલ્કે નુકસાનદાયક છે. પાર્ટીના સૈનિક વિભાગે હંમેશાં તૈયાર રહેવું જોઈએ, જેથી સંકટના સમયે કામ આવી શકે. તેણે પાર્ટીના રાજનીતિક કામમાં સહાયકના રૂપમાં હોવું જોઈએ. આ ખુદ સ્વતંત્ર કામ ના કરે.

જેમ ઉપર આ પંક્તિઓમાં બતાવવામાં આવ્યું છે. પાર્ટી પોતાના કામને આગળ વધારે. સમય-સમય પર મિટિંગ અને સંમેલન બોલાવીને પોતાના કાર્યકર્તાઓને બધા વિષયો વિશે સૂચનાઓ અને સજગતા આપતા રહેવું જોઈએ. જો તમે આ પ્રકારથી કામ શરૂ કરાવો છો, તો તમારે ખૂબ ગંભીરતાથી કામ લેવું પડશે. આ કામને પૂરું થવામાં ઓછામાં ઓછા વીસ વર્ષ લાગશે. ક્રાન્તિ-સંબંધિત યૌવનકાળના દસ વર્ષમાં પૂરા થવાના સપનાઓને એક તરફ રાખી દો, ઠીક એવી જ રીતે જેમ ગાંધીના (એક વર્ષમાં સ્વરાજના) સપનાને પરે રાખી દીધું હતું. ના તો એના માટે ભાવુક થવાની જરૂર છે અને ના તો આ સરળ છે. જરૂર છે નિરંતર સંઘર્ષ કરવો, કષ્ટ સહન કરવા અને બલિદાનભર્યું જીવન વિતાવવાની. પોતાનો વ્યક્તિવાદ પહેલા ખતમ કરો. વ્યક્તિગત સુખના સપના ઉતારીને એક તરફ રાખી દો અને પછી કામ શરૂ કરો. ઇંચ-ઇંચ કરીને તમે આગળ વધશો. એના માટે હિંમત, દઢતા અને ખૂબ મજબૂત ઇરાદાની જરૂર છે. કેટલા પણ ભારે કષ્ટ, મુશ્કેલીઓ કેમ ના હોય, તમારી હિંમત ધ્રૂજે નહીં, તમારું ક્રાન્તિકારી જોશ ઠંડું ના પડે. કષ્ટ સહન કરવા અને બલિદાન આપવાના સિદ્ધાંતથી તમે સફળતા પ્રાપ્ત કરશો અને આ વ્યક્તિગત સફળતાઓ ક્રાન્તિની અમૂલ્ય સંપત્તિ હશે.

ઇંકલાબ - ઝિંદાબાદ !

૨ ફેબ્રુઆરી, ૧૯૩૧

આપણા માટે સોનેરી અવસર

ભારતની સ્વતંત્રતા હવે કદાચ દૂરનું સ્વપ્ન નથી રહ્યું. ઘટનાઓ ખૂબ ઝડપથી ઘટી રહી છે આથી સ્વતંત્રતા હવે આપણી આશાઓથી પણ જલ્દી જ એક સત્ય બની જશે. બ્રિટિશ સામ્રાજ્ય ખરાબ રીતે લડખડાયેલું છે. જર્મનીને હારનો સામનો કરવો પડી રહ્યો છે, ફ્રાંસ થર-થર કાંપી રહ્યું છે અને અમેરિકા હચમચેલું છે, અને આ બધાની મુશ્કેલીઓ આપણા માટે સોનેરી અવસર છે. પ્રત્યેક વસ્તુ એ મહાન ભવિષ્યવાણીની તરફ સંકેત કરી રહી છે, જેના અનુસાર સમાજનું પૂંજીવાદી માળખું નષ્ટ થવું અટલ છે. કૂટનીતિજ્ઞ લોકો સ્વયંને બચાવવા માટે પ્રયત્નશીલ હોઈ શકે છે અને પૂંજીવાદી ષડ્યંત્રથી 'ક્રાન્તિના વાઘ'ને પોતાના ઘરથી દૂર રાખવાના પ્રયાસો કરી શકે છે. અંગ્રેજોનું બજેટ સંતુલિત થઈ શકે છે એન મૃત્યુના મુખમાં પડેલા પૂંજીવાદને થોડી પળોની રાહત મળી શકે છે. 'ડૉલર રાજા' ભલે પોતાનો તાજ સંભાળી લે, તો પણ વ્યાપક મંદી જો જારી રહી અને જેનું જારી

રહેવું વ્યાજબી છે, તો બેરોજગારોની ફૌજ ઝડપથી વધશે અને એ વધી પણ રહી છે, કેમ કે પૂંજીવાદી ઉત્પાદન-વ્યવસ્થા જ એવી છે. આ ચક્કર પૂંજીવાદી વ્યવસ્થાને પાટા પરથી ઉતારી દેશે. બસ, વાત થોડા મહિનાઓની જ છે. આથી ક્રાન્તિ હવે ભવિષ્યવાણી કે સંભાવના નથી, બલ્કે 'વ્યાવહારિક રાજનીતિ' છે, જેને સમજી-વિચારેલી યોજના અને કઠોર અમલથી સફળ બનાવી શકાય છે. એના વિભિન્ન પાસાઓ અને તાત્પર્ય, એની રીતો અને ઉદ્દેશ્યો-સંબંધિત કોઈ વિચારધારાત્મક સમસ્યા ના હોવી જોઈએ.

ગાંધીવાદ

કૉંગ્રેસ આંદોલનની સંભાવનાઓ, પરાજયો અને ઉપલબ્ધિઓ વિશે આપણને કોઈ પ્રકારનો ભ્રમ ના હોવો જોઈએ. આજે ચાલી રહેલા આ આંદોલનને ગાંધીવાદ કહેવું જ ઉચિત છે. આ દાવાની સાથે આઝાદી માટે સ્ટેન્ડ નથી લેતા, બલ્કે સત્તામાં 'ભાગીદારી'ના પક્ષમાં છે. 'પૂર્ણ સ્વતંત્રતા'ના અજીબ અર્થ કાઢવામાં આવી રહ્યા છે, એની રીત અનોખી છે, પરંતુ બિચારા લોકોના કોઈ કામની નથી. સાબરમતીના સંતને ગાંધીવાદ કોઈ સ્થાયી શિષ્ય નહીં આપી શકે. આ એક વચ્ચેની પાર્ટી - એટલે કે લિબરલ-રેડિકલ-મેળજોળ,નું કામ કરી રહી છે અને કરતી પણ રહી છે. તકની સચ્ચાઈથી ટકરાવવામાં એને શરમ આવે છે. એને ચલાવનારા દેશના એવા જ લોકો છે, જેમના હિત એનાથી બંધાયેલા છે અને તેઓ પોતાના હિતો માટે ખોટી જિદથી ચિપકેલા જો ક્રાન્તિકારી લોહીથી એને ગર્મજોશી ન આપવામાં આવી તો એનું ઠંડું થવું સ્વાભાવિક છે. એને એના જ દોસ્તોથી બચાવવાની જરૂર છે.

આતંકવાદ

આવો, આપણે આ કઠિન સવાલ વિશે સ્પષ્ટ થઈએ. બૉમ્બનો રસ્તો ૧૯૦૫થી ચાલી આવી રહ્યો છે અને ક્રાન્તિકારી ભારત પર આ એક દર્દનાક ટિપ્પણી છે. અત્યારે એ મહેસૂસ નથી કરવામાં આવ્યું કે, એનો ઉપયોગ તેમજ દુરુપયોગ શું છે. આતંકવાદ આપણા સમાજમાં ક્રાન્તિકારી ચિંતનની પકડના અભાવની અભિવ્યક્તિ છે, કે એક પસ્તાવો. આ જ રીતે એ પોતાની અસફળતાનો સ્વીકાર પણ છે. શરૂ-શરૂમાં એનો થોડો લાભ હતો. એણે રાજનીતિને આમૂલ બદલી દીધી. નવયુવક બુદ્ધિજીવીઓની વિચારધારાને ચમકાવી, આત્મ-ત્યાગની ભાવનાને જ્વલંત રૂપ આપ્યું અને દુનિયા તેમજ પોતાના દુશ્મનોની સામે પોતાના આંદોલનની સચ્ચાઈ અને શક્તિને વ્યક્ત કરવાની તક મળી, પરંતુ આ સ્વયંમાં પર્યાપ્ત નથી. બધા દેશોમાં એનો (આતંકવાદનો) ઇતિહાસ અસફળતાનો ઇતિહાસ છે- ફ્રાંસ, રૂસ, જર્મનીમાં, બાલ્કન દેશો, સ્પેનમાં દરેક જગ્યાએ એની આ જ

કથની છે. એની પરાજયના બીજ એની ભીતર જ હોય છે. સામ્રાજ્યવાદીઓને સારી રીતે ખબર છે કે, ૩૦ કરોડ લોકો પર શાસન માટે પ્રતિ વર્ષ ૩૦ વ્યક્તિઓની બલિ આપી શકાય છે. શાસન કરવાનો સ્વાદ બૉમ્બો કે પિસ્તોલોથી ખરાબ તો કરી શકાય છે, પરંતુ શોષણના વ્યાવહારિક લાભ એને જાળવી રાખવા પર વિવશ કરશે. ભલે જ આપણી આશા અનુસાર હથિયાર સરળતાથી મળી જાય અને જો આપણે પૂરા જોરથી લડીએ, જેમ કે ઈતિહાસમાં પહેલા ક્યારેય ના ઘટ્યું હોય, તો પણ આતંકવાદ વધારેમાં વધારે સામ્રાજ્યવાદી તાકાતને સમાધાન માટે મજબૂર કરી શકે છે. એવા સમાધાન, આપણી ઉદ્દેશ્યપૂર્ણ આઝાદીથી હંમેશાં જ ક્યાંય દૂર રહેશે. આ પ્રકારે આતંકવાદ, એક સમાધાન, સુધારાઓનો એક હપ્તો નિચોડીને કાઢી શકે છે અને એને જ પ્રાપ્ત કરવા માટે ગાંધીવાદ જોર લગાવી રહ્યો છે. તે ઈચ્છે છે કે, દિલ્લીનું શાસન ગોરાઓના હાથોથી ભૂરા હાથોમાં આવી જાય. આ લોકોના જીવનથી દૂર છે અને એમનું ગાદી પર બેસતા જ જુલમી બની જવાની ખૂબ સંભાવનાઓ છે. આયરિશ ઉદાહરણ અહીં લાગુ નહીં થાય, એ ચેતવણી હું આપવા ઈચ્છું છું. આયરલેન્ડમાં એકલ-દોકલ આતંકવાદી કાર્યવાહીઓ ન હતી, બલ્કે એ રાષ્ટ્રીય સ્તર પર જનસાધારણની બગાવત હતી, જેમાં બંદૂકધારી પોતાની નજીકની જાણકારી અને હમદર્દીથી લોકો સાથે જોડાયેલા હતા. એમને ખૂબ સરળતાથી હથિયાર મળી જતા હતા, કેમ કે અમેરિકી આયરિશ એમને અથાગ આર્થિક મદદ કરી રહ્યા હતા. ભૌગોલિક સ્થિતિ પણ એવા યુદ્ધ માટે લાભદાયક હતી, પરંતુ તો પણ આયરલેન્ડે પોતાના આંદોલનને અપૂર્ણ ઉદ્દેશ્યોની સાથે જ સંતોષ કરવો પડ્યો. એણે આયરિશ જનતાની ગુલામી તો ઓછી કરી છે, પરંતુ આયરિશ શ્રમિક વર્ગને પૂંજીપતિઓની ઝંજાળમાંથી મુક્ત ના કરાવ્યા. ભારતે આયરલેન્ડ પાસેથી શીખવાનું છે. આ એક ચેતવણી પણ છે કે, કયા પ્રકારે ક્રાન્તિકારી સામાજિક આધારથી ખાલી રાષ્ટ્રવાદી આદર્શવાદ, સ્થિતિના સર્જનકર્તા હોવા પર પણ સામ્રાજ્યવાદથી સમાધાનની રેતમાં ગુમ થઈ શકે છે. શું ભારતે હજુ પણ આયરલેન્ડની નકલ કરવી જોઈએ- જો તે કરી પણ શકાય, તો પણ?

એક પ્રકારથી ગાંધીવાદ પોતાના ભાગ્યવાદનો વિચાર રાખીને પણ, ક્રાન્તિકારી વિચારોની થોડી નજીક પહોંચવાનો યત્ન કરે છે, કેમ કે આ સામૂહિક કાર્યવાહી પર નિર્ભર કરે છે, જો કે આ કાર્યવાહી સમૂહ માટે નથી હોતી. એમણે મજૂરોને આંદોલનમાં ભાગીદાર બનાવીને એમને મજૂર-ક્રાંતિના રસ્તા પર નાખી દીધા છે. એ વાત અલગ છે કે, એમને કેટલી અસભ્યતા કે સ્વાર્થથી પોતાના રાજનીતિક કાર્યક્રમ માટે ઉપયોગ કરવામાં આવ્યા છે. ક્રાન્તિકારીઓએ 'અહિંસાના દૂત'ને એનું યોગ્ય સ્થાન આપવું જોઈએ.

આતંકવાદના શેતાનને દાદ આપવાની જરૂર નથી. આતંકવાદીઓએ વધારે કામ કરી લીધું છે, ઘણું બધું શીખવાડી દીધું છે. જો આપણે પોતાના ઉદ્દેશ્યો અને

રીતો સંબંધિત ભૂલો ના કરીએ, તો એ હજુ પણ લાભદાયક હોઈ શકે છે. વિશેષતઃ નિરાશાના સમયે આતંકવાદી રીત આપણા પ્રચાર અભિયાનમાં સહાયક થઈ શકે છે, પરંતુ આ ફટાકડાબાજી સિવાય કશું નથી અને એને વિશેષ સમય અને કેટલાક ગણતરીના લોકો માટે સુરક્ષિત રાખવી જોઈએ. ક્રાન્તિકારીને નિરર્થક આતંકવાદી કાર્યવાહીઓ અને વ્યક્તિગત આત્મ-બલિદાનના દૂષિત ચક્રમાં ના નાખવામાં આવે. બધા માટે ઉત્સાહવર્ધક આદર્શ ઉદ્દેશ્ય માટે મરવાનું ના થઈને ઉદ્દેશ્ય માટે જીવવાનું - અને એ પણ લાભદાયક રીતથી યોગ્ય રૂપમાં જીવવું- હોવું જોઈએ.

એ કહેવાની તો કોઈ જરૂર નથી કે, આપણે આતંકવાદથી પૂરી રીતે સંબંધ નથી તોડી રહ્યા. આપણે શ્રમિક ક્રાન્તિના દૃષ્ટિકોણથી એનું પૂરી રીતે મૂલ્યાંકન ઇચ્છીએ છીએ. જે નવયુવક પરિપક્વ તેમજ ચુપચાપ (રીતથી) સંગઠનના કામમાં ફિટ નથી થતાં, એમની બીજી ભૂમિકા હોઈ શકે છે. એમને નીરસ કામોમાંથી મુક્ત કરીને પોતાની ઇચ્છા પૂરી કરવા માટે છોડી દેવા જોઈએ, પરંતુ સંચાલક સંસ્થાએ પાર્ટી અને એ કામના પ્રભાવને, લોકો પર એના પ્રભાવ અને દુશ્મનની તાકાતને પહેલા જ જોવી જોઈએ. એવા કામ પાર્ટી અને જનતાનું કામ જુઝારું જનસંઘર્ષથી હટાવીને તેજ ભડકીલા કામો તરફ લગાવી શકે છે અને આ પ્રકારે પાર્ટીની જડો પર પ્રહાર કરવાનું બહાનું બની શકે છે. આ પ્રકારે કોઈ પણ સ્થિતિમાં આ આદર્શને આગળ નથી વધારવાનો.

પરંતુ ગુપ્ત સૈનિક વિભાગ કોઈ શ્રાપગ્રસ્ત વસ્તુ નથી. હકીકતમાં આ તો અગ્રિમ પંક્તિ છે. ક્રાન્તિકારી પાર્ટીની 'ગોળીમાર પંક્તિ' 'આધાર'થી પૂરી રીતે જોડાયેલી હોવી જોઈએ. 'આધાર' જુઝારું તેમજ ગતિશીલ જન-પાર્ટીએ બનવાનું છે. સંગઠન માટે ધન અને હથિયાર સંગ્રહ કરવામાં ખચકાટ ના હોવો જોઈએ.

ક્રાન્તિ

ક્રાન્તિથી અમારો શું આશય છે, અસ્પષ્ટ છે. આ શતાબ્દીમાં એનો માત્ર એક જ અર્થ હોઈ શકે છે - જનતા માટે જનતાની રાજનીતિક શક્તિ પ્રાપ્ત કરવી. હકીકતમાં આ જ છે 'ક્રાન્તિ', બાકી બધા વિદ્રોહ તો માત્ર માલિકોના પરિવર્તન દ્વારા પૂંજીવાદી સડાંધને જ આગળ વધારે છે. કોઈપણ હદ સુધી લોકોથી કે એમના ઉદ્દેશ્યોથી જતાવેલી હમદર્દી જનતાથી વાસ્તવિકતા નથી છુપાવી શકતી, લોકો છળને ઓળખે છે. ભારતમાં આપણે ભારતીય શ્રમિકના શાસનથી ઓછું કશું નથી ઇચ્છતા. ભારતીય શ્રમિકોએ ભારતમાં સામ્રાજ્યવાદીઓ અને એમના મદદગાર હટવીને જે કે એ જ આર્થિક વ્યવસ્થાના પેરોકાર છે, જેની જડો, શોષણ પર આધારિત છે- આગળ આવવાનું છે. આપણે ગોરી બુરાઈને બદલે કાળી બુરાઈને લાવીને કષ્ટ નથી ઉઠાવવા ઇચ્છતા. બુરાઈઓ, એક સ્વાર્થી સમૂહની જેમ, એક-બીજાનું સ્થાન લેવા માટે તૈયાર છે.

સામ્રાજ્યવાદીઓને ગાદી પરથી ઉતારવા માટે ભારતનું એકમાત્ર હથિયાર શ્રમિક ક્રાન્તિ છે. કોઈ અન્ય વસ્તુ આ ઉદ્દેશ્યને પૂરો નથી કરી શકતી. બધા વિચારોવાળા રાષ્ટ્રવાદી એક ઉદ્દેશ્ય પર સહમત છે કે, સામ્રાજ્યવાદીઓથી આઝાદી પ્રાપ્ત થાય, પણ એમને એ સમજાવવાની જરૂર છે કે, એમના આંદોલનની ચાલક શક્તિ વિદ્રોહી જનતા છે અને એની જુઝારૂ કાર્યવાહીઓથી જ સફળતા પ્રાપ્ત થશે. કેમ કે એનું સરળ સમાધાન નથી હોઈ શકતું, આથી સ્વયં સાથે છળ કરીને તેઓ એ તરફ લપકે છે, જેને તે આરજી ઈલાજ, પરંતુ ઝટપટ અને પ્રભાવશાળી માને છે - અર્થાત્ કેટલાક દૃઢ આદર્શવાદી રાષ્ટ્રવાદીઓના સશક્ત વિદ્રોહના માધ્યમથી વિદેશી શાસનને પલટીને રાજ્યનું સમાજવાદી રસ્તા પર પુનર્ગઠન. એમને સમયની વાસ્તવિકતામાં ધ્યાનપૂર્વક જોવું જોઈએ. હથિયાર મોટી સંખ્યામાં પ્રાપ્ત નથી અને જુઝારૂ જનતાથી અલગ થઈને અશિક્ષિત જૂથની બગાતવતની સફળતાનો આ યુગમાં કોઈ ચાન્સ નથી. રાષ્ટ્રવાદીઓની સફળતા માટે એમની પૂરી કોમે હરકતમાં આવવું જોઈએ અને બગાવત માટે ઊભા થવું જોઈએ. કોમ કૉંગ્રેસના લાઉડસ્પીકર નથી, બલ્કે તે શ્રમિક-ખેડૂત છે, જે ભારતની ૯૫ ટકા જનસંખ્યા છે. રાષ્ટ્ર સ્વયંને રાષ્ટ્રવાદના વિશ્વાસ પર જ હરકતમાં લાવશે, એટલે સામ્રાજયવાદ અને પૂંજીપતિની ગુલામીમાંથી મુક્તિનો વિશ્વાસ અપાવવાથી.

આપણે યાદ રાખવું જોઈએ કે, શ્રમિક ક્રાન્તિ સિવાય ના કોઈ અન્ય ક્રાન્તિની ઈચ્છા કરવી જોઈએ અને ના તો તે સફળ થઈ શકે છે.

કાર્યક્રમ

ક્રાન્તિનો સ્પષ્ટ અને પ્રામાણિક કાર્યક્રમ હોવો સમયની જરૂરિયાત છે અને આ કાર્યક્રમને લાગુ કરવા માટે મજબૂત કાર્યવાહી થવી જોઈએ.

૧૯૧૭માં ઑક્ટોબર ક્રાન્તિથી પહેલા, જ્યારે લેનિન હજુ મૉસ્કોમાં ભૂમિગત હતા, તો એમણે સફળ ક્રાન્તિ માટે ત્રણ જરૂરી શરતો બતાવી હતી-

૧. રાજનીતિક-આર્થિક પરિસ્થિતિ.
૨. જનતાના મનમાં વિદ્રોહ-ભાવના.
૩. એક ક્રાન્તિકારી પાર્ટી, જે પૂરી રીતે પ્રશિક્ષિત હોય અને પરીક્ષાના સમયે જનતાને નેતૃત્વ પ્રદાન કરી શકે.

ભારતમાં પ્રથમ શરત પૂરી થઈ ચુકી છે, બીજી તેમજ ત્રીજી શરત અંતિમ રૂપમાં પોતાની પૂર્તિની પ્રતીક્ષા કરી રહી છે. એના માટે હરકતમાં આવવું આઝાદીના બધા સેવકોનું પ્રથમ કામ છે. આ જ મુદ્દાને સામે રાખીને કાર્યક્રમ બનાવવો જોઈએ. એની રૂપરેખા નીચે આપવામાં આવી રહી છે અને એના પ્રત્યેક અનુભાગ- સંબંધિત સલાહ અનુસૂચી 'ક' તેમજ 'ખ'માં નોંધેલ છે.

પાયાનું કામ

કાર્યકર્તાઓની સામે સૌથી પ્રથમ જવાબદારી છે જનતાને લડાયક કામ માટે તૈયાર તેમજ લામબંદ કરવા. આપણે અંધવિશ્વાસો, ભાવનાઓ, ધાર્મિકતા કે તટસ્થતાના આદર્શોથી રમવાની જરૂર નથી. આપણે જનતાને માત્ર ડુંગળીની સાથે રોટલીનું વચન નથી આપવાનું. આ વચનો સંપૂર્ણ તેમજ નક્કર હશે અને એના પર આપણે પ્રામાણિકતા અને સ્પષ્ટતાથી વાત કરીશું. આપણે ક્યારેય પણ એમના મનમાં ભ્રમોનો જમઘટ નહીં બનવા દઈએ. ક્રાન્તિ જનતા માટે હશે. કેટલાક સ્પષ્ટ નિર્દેશ આ હશે :-

૧. સામન્તવાદીની સમાપ્તિ.
૨. ખેડૂતોના ઋણ સમાપ્ત કરવા.
૩. ક્રાન્તિકારી રાજ્ય તરફથી ભૂમિનું રાષ્ટ્રીયકરણ જેથી સુધરેલી તેમજ વહેંચાયેલી ખેતી સ્થાપિત કરી શકાય.
૪. રહેવા માટે આવાસની ગેરંટી.
૫. ખેડૂતો માટે જવાવાળા બધા ખર્ચ બંધ કરવા. માત્ર એકલ ભૂમિ-કર લેવામાં આવશે.
૬. કારખાનાઓનું રાષ્ટ્રીયકરણ અને દેશમાં કારખાના લગાવવા.
૭. સામાન્ય શિક્ષણ.
૮. કામ કરવાના કલાક જરૂર પ્રમાણે ઓછા કરવા.

જનતા આવા કાર્યક્રમ માટે જરૂર હા કહેશે. આ સમયે સૌથી જરૂરી કામ એ જ છે કે, આપણે લોકો સુધી પહોંચીએ. થોપેલી અજ્ઞાનતાએ એક તરફથી અને બુદ્ધિજીવીઓની ઉદાસીનતાએ બીજી તરફથી શિક્ષિત ક્રાન્તિકારીઓ અને હથોડા-દાંતવાળા એમના અભાગા અર્ધશિક્ષિત સાથીઓની વચ્ચે એક બનાવટી દીવાલ ઊભી કરી દીધી છે. ક્રાન્તિકારીઓએ આ દીવાલને અવશ્ય પાડી દેવાની છે. એના માટે નિમ્ન કામ જરૂરી છે -

૧. કૉંગ્રેસના મંચનો લાભ ઉઠાવવો.
૨. ટ્રેડ યૂનિયનો પર કબજો કરવો અને નવા ટ્રેડ યૂનિયનો તેમજ સંગઠનોને લડાયક રૂપમાં સ્થાપિત કરવા.
૩. રાજ્યોમાં યૂનિયનો બનાવીને એમને ઉપરોક્ત વાતોના આધાર પર સંગઠિત કરવા.
૪. પ્રત્યેક સામાજિક તેમજ સ્વયંસેવી સંગઠનોમાં (ત્યાં સુધી કે સહકારિતા સોસાયટીઓ), જેમનાથી જનતા સુધી પહોંચવાનો અવસર મળે છે, ગુપ્ત રૂપથી દાખલ થઈને એમની કાર્યવાહીઓને એ રૂપમાં ચલાવવી કે અસલ મુદ્દા અને ઉદ્દેશ્યોને આગળ વધારી શકાય.

૫. દસ્તકારોની સમિતિઓ, શ્રમિકો અને બૌદ્ધિક કામ કરતા લોકોના યૂનિયનો દરેક જગ્યાએ સ્થાપિત કરવામાં આવે.

આ કેટલાક રસ્તા છે, જેનાથી ભણેલાં-ગણેલાં, પ્રશિક્ષિત ક્રાન્તિકારી લોકો સુધી પહોંચી શકીએ છીએ અને એકવાર પહોંચી જઈએ, તો પ્રશિક્ષણના માધ્યમથી પહેલા તો પોતાના અધિકારોની ઉત્સાહપૂર્વક પુષ્ટિ કરી શકીએ છીએ અને પછી હડતાળો અને કામ રોકવાની રીતોથી લડાયક નિરાકરણ કાઢી શકીએ છીએ.

ક્રાન્તિકારી પાર્ટી

ક્રાન્તિકારીઓના સક્રિય ગ્રુપની મુખ્ય જવાબદારી, જનતા સુધી પહોંચવું અને એમને સક્રિય બનાવવાની તૈયારીમાં હોય છે. આ જ છે એ ચાલતાં-ફરતાં દઢ ઈરાદાઓના લોકો, જે રાષ્ટ્રને લડાયક જીવનશક્તિ આપશે. જેમ-જેમ પરિસ્થિતિઓ પાકે છે, તો આ જ ક્રાંતિકારી બુદ્ધિજીવીઓ- જે બુર્જુઆ તેમજ પેટી બુર્જુઆ વર્ગથી આવે છે એ થોડા સમય સુધી આ જ વર્ગથી આવતા પણ રહેશે, પરંતુ જેમણે ખુદને આ વર્ગની પરંપરાઓથી અલગ કરી લીધા હોય છે- એમનાથી ક્રાન્તિકારી પાર્ટી બનશે અને પછી એની આસપાસ અધિકથી અધિક સક્રિય મજૂર-ખેડૂતો અને નાના દસ્તકાર રાજનીતિક કાર્યકર્તા જોડાતા રહેશે, પરંતુ મુખ્ય રીતે આ ક્રાન્તિકારી બુદ્ધિજીવીઓ, સ્ત્રીઓ તેમજ પુરુષોની પાર્ટી હશે, જેમની મુખ્ય જવાબદારી એ હશે કે, તેઓ યોજના બનાવે, પછી એને લાગુ કરે, પ્રોપેગંડા કે પ્રચાર કરે, અલગ-અલગ યૂનિયનોમાં કામ શરૂ કરી એમનામાં એકજુટતા લાવે, એમના એકજુટ હુમલાની યોજના બનાવે, સેના તેમજ પોલીસને ક્રાન્તિ-સમર્થક બનાવે અને એમની સહાયતા કે પોતાની અન્ય શક્તિઓથી વિદ્રોહ કે આક્રમણના રૂપમાં ક્રાન્તિકારી ટકરાવની સ્થિતિ બનાવે, લોકોને વિદ્રોહ માટે પ્રયત્નશીલ કરે અને સમય પડવા પર નિર્ભીકતાથી નેતૃત્વ આપી શકે.

હકીકતમાં એ જ આંદોલનનું દિમાગ છે. આથી એમને દઢ ચરિત્રની જરૂર પડશે, એટલે પહેલકદમી અને ક્રાન્તિકારી નેતૃત્વની ક્ષમતા. એમની સમજ રાજનીતિક, આર્થિક અને ઐતિહાસિક સમસ્યાઓ, સામાજિક વલણો, પ્રગતિશીલ વિજ્ઞાન, યુદ્ધની નવી વૈજ્ઞાનિક રીતો અને એની કળા વગેરે અનુશાસિત ભાવથી કરવામાં આવેલા ઊંડા અધ્યયન પર આધારિત હોવી જોઈએ. ક્રાન્તિનો બૌદ્ધિક પક્ષ હંમેશાં દુર્બળ રહ્યો છે, આથી ક્રાન્તિની અત્યાવશ્યક વસ્તુઓ અને કરેલા કામોના પ્રભાવ પર ધ્યાન નથી અપાતું રહ્યું. આથી એક ક્રાન્તિકારીએ અધ્યયન-મનનને પોતાની પવિત્ર જવાબદારી બનાવી લેવી જોઈએ.

એ તો સ્પષ્ટ છે કે, પાર્ટી થોડા વિશેષ મામલાઓમાં ખુલ્લા રૂપમાં કામ કરી શકે છે. જ્યાં સુધી શક્ય હોય, પાર્ટીએ ગુપ્ત ના હોવું જોઈએ. એનાથી સંદેહ રહેશે એ પાર્ટીને શક્તિ અને પ્રતિષ્ઠા મળશે. પાર્ટીએ ખૂબ મોટી જવાબદારી

ઉઠાવવી પડશે, આથી સુવિધાની દૃષ્ટિથી પાર્ટીને થોડી સમિતિઓમાં વહેંચી શકાય છે, જે પ્રત્યેક ક્ષેત્ર માટે વિશેષ કામોની દેખભાળ કરશે. કામનું આ વિભાજન સમયની જરૂર પ્રમાણે લચીલું હોવું જોઈએ અથવા સદસ્યની સંભાવનાઓ આંકીને એને કોઈ સ્થાનિક સમિતિમાં કામ આપી શકાય છે. સ્થાનિક સમિતિ, પ્રાન્તીય બોર્ડના અધીન હશે તેમજ બોર્ડ સુપ્રીમ કાઉન્સિલના અધીન. પ્રાન્તની ભીતર સંપર્કનું કામ પ્રાન્તીય બોર્ડના અધીન હશે. વિખેરાયેલા બધા કામો કે વિખરાવનારા તત્વોને રોકવા જોઈએ, પરંતુ અધિક કેન્દ્રીયકરણની સંભાવના નથી, આથી એની અત્યારે કોશિશ પણ ના કરવી જોઈએ.

બધી સ્થાનિક સમિતિઓએ એક-બીજા સાથે સંપર્ક રાખીને કામ કરવા જોઈએ અને સમિતિમાં એક સદસ્ય પણ હોવો જોઈએ. સમિતિ નાની, સંયુક્ત તેમજ કુશળ હોય અને એને વાદ-વિાદ-ક્લપમાં પતિત ના થવી દેવી જોઈએ.

આથી પ્રત્યેક ક્ષેત્રમાં ક્રાન્તિકારી પાર્ટી આ પ્રકારે હોય :-

ક. સામાન્ય સમિતિઃ ભરતી કરવી, સેનામાં પ્રચાર, સામાન્ય નીતિ, સંગઠન, જન-સંગઠનોમાં સંપર્ક- (પરિશિષ્ટ ક).

ખ. નાણાં સમિતિઃ સમિતિમાં મહિલા સદસ્યોની સંખ્યા અધિક હોઈ શકે છે. આ સમિતિના માથા પર સૌથી મુશ્કેલ કામોથી પણ મુશ્કેલ કામ છે, આથી બધાએ ખુલ્લા દિલથી એની સહાયતા કરવી જોઈએ. ધનના સ્રોત પ્રાથમિકતા અનુસાર હોય- સ્વૈચ્છિક ફાળો, જબરી ફાળો (સરકારી ધન), વિદેશી પૂંજીપતિ કે બેંક,વિદેશમાં રહેતા લોકોની દેશી વ્યક્તિગત સંપત્તિ પર કબજો કે ગેરકાનૂની રીતથી, જેમ કે ગબન (અંતિમ બંને આપણી નીતિનાવિપરીત છે અને પાર્ટીને નુકસાન પહોંચાડે છે, આથી એમને વધારે પ્રોત્સાહન ના આપવું જોઈએ.)

ગ. ઍક્શન કમિટી (કાર્યવાહી સમિતિ): એનું રૂપ- તોડફોડ, હથિયાર સંગ્રહ અને વિદ્રોહનું પ્રશિક્ષણ આપવા માટે એક ગુપ્ત સમિતિ.

ગ્રુપ (ક) - નવયુવકઃ શત્રુની ખબરો એકત્ર કરવી, સ્થાનિક સૈનિક-સર્વેક્ષણ.

ગ્રુપ (ખ) - વિશેષજ્ઞઃ શસ્ત્ર સંગ્રહ, સૈનિક-પ્રશિક્ષણ વગેરે.

ઘ. સ્ત્રી-સમિતિઃ જો કે સ્પષ્ટ રીતે સ્ત્રી-પુરુષોમાં કોઈ ભેદભાવ નથી રાખવામાં આવતો તેમ છતાં પાર્ટીને સુરક્ષા તેમજ સુવિધા માટે એવી સમિતિની જરૂર છે, જે પોતાના સદસ્યોની પૂરી જવાબદારી ઓઢી શકે. એમને નાણાં સમિતિનો પૂરો ભાર સોંપાઈ શકાય છે અને વધારે હદ સુધી સામાન્ય સમિતિમાં કામ પણ આપી શકાય છે- સ્ત્રીઓને ક્રાન્તિકારી બનાવવી

અને એમનામાંથી પ્રત્યક્ષ સેવા માટે સક્રિય સદસ્ય ભરતી કરવા.

ઉપર બતાવવામાં આવેલા કાર્યક્રમથી એ નિષ્કર્ષ કાઢવો સંભવ છે કે, ક્રાન્તિ કે આઝાદી માટે કોઈ નાનો રસ્તો નથી. 'આ કોઈ સુંદરીની જેમ સવારે-સવારે આપણને નજરે નહીં પડે' અને જો એવું થયું તો એ ખૂબ દુઃખી દિવસ હશે. પાયાના કામ વગર, લડાયક જનતા વગર અને કોઈ પાર્ટી વગર, જો (ક્રાન્તિ) દરેક રીતથી તૈયાર હોય, તો આ એક અસફળતા હશે. આથી આપણે ખુદને ઝંઝોળવા પડશે. આપણે હંમેશાં યાદ રાખવું જોઈએ કે, પૂંજીવાદી વ્યવસ્થા ચરમરાઈ રહી છે અને બરબાદીની તરફ વધી રહી છે. બે કે ત્રણ વર્ષમાં કદાચ એનો વિનાશ થઈ જાય. જો આજે પણ આપણી શક્તિ વિખેરાયેલી રહી અને ક્રાન્તિકારી શક્તિઓ એકજુટ થઈને ના વધી શકી, તો એવું સંકટ આવશે કે, આપણે એને સંભાળવા માટે તૈયાર નહીં હોઈએ. આવો, આપણે એને સંભાળવા માટે તૈયાર નહીં હોઈએ. આવો, આપણે આ ચેતવણી સ્વીકાર કરીએ અને બે કે ત્રણ વર્ષમાં ક્રાન્તિની તરફ આગળ વધવાની યોજના બનાવીએ.

ફેબ્રુઆરી, ૧૯૩૧

★

હું નાસ્તિક કેમ છું?
(ફેબ્રુઆરી, ૧૯૩૧)

આ લેખ ભગતસિંહે જેલમાં રહીને લખ્યો હતો અને આ ૨૭ સપ્ટેમ્બર, ૧૯૩૧એ લાહોરના અખબાર 'ધ પીપલ'માં પ્રકાશિત થયો. આલેખમાં ભગતસિંહે ઈશ્વરની ઉપસ્થિતિ પર અનેક તર્કપૂર્ણ સવાલ ઊભા કર્યા છે અને આ સંસારના નિર્માણ, મનુષ્યના જન્મ, મનુષ્યના મનમાં ઈશ્વરની કલ્પનાની સાથે-સાથે સંસારમાં મનુષ્યની દીનતા, એનું શોષણ, દુનિયામાં વ્યાપ્ત અરાજકતા અને વર્ગભેદની સ્થિતિઓનું પણ વિશ્લેષણ કર્યું છે. આ લેખ ભગતસિંહના લેખનના સૌથી ચર્ચિત હિસ્સાઓમાં રહ્યો છે. સ્વતંત્રતા સેનાની બાબા રણધીરસિંહ ૧૯૩૦-૩૧ની વચ્ચે લાહોરની સેન્ટ્રલ જેલમાં કેદ હતા. તેઓ એક ધાર્મિક વ્યક્તિ હતા, જેમને એ જાણીને ખૂબ કષ્ટ થયું કે, ભગતસિંહને ઈશ્વર પર વિશ્વાસ નથી. તેઓ કોઈ રીતે ભગતસિંહની કાલકોઠરીમાં પહોંચવામાં સફળ થયા અને એમને ઈશ્વરના અસ્તિત્વ પર વિશ્વાસ અપાવવાનો પ્રયાસ કર્યો. અસફળ થવા પર બાબાએ નારાજ થઈને કહ્યું, ''પ્રસિદ્ધિથી તમારું દિમાગ ખરાબ થઈ ગયું છે અને તમે અહંકારી બની ગયા છો, જે એક કાળા પરદાની જેમ તમારા અને ઈશ્વરની વચ્ચે ઊભી છે.'' આ ટિપ્પણીના જવાબમાં જ ભગતસિંહે આ લેખ લખ્યો.

એક નવો પ્રશ્ન ઊભો થયો છે. શું હું કોઈ અહંકારના કારણે સર્વશક્તિમાન, સર્વવ્યાપી તથા સર્વજ્ઞાની ઈશ્વરના અસ્તિત્વ પર વિશ્વાસ નથી કરતો? મારા કેટલાક દોસ્ત! કદાચ એવું કહીને હું એમના પર વધારે અધિકાર નથી જમાવી રહ્યો- મારી સાથે પોતાના થોડા સંપર્કમાં એ નિષ્કર્ષ પર પહોંચવા માટે ઉત્સુક છે કે, હું ઈશ્વરના અસ્તિત્વને નકારીને થોડો જરૂર કરતાં વધારે આગળ વધી રહ્યો છું અને મારા ઘમંડે થોડી હદ સુધી મને આ અવિશ્વાસ માટે ઉકસાવ્યો છે. હું એવી કોઈ શેખી નથી વધારતો કે, માનવીય કમજોરીઓથી ખૂબ ઉપર છું. હું એક મનુષ્ય છું અને એનાથી વધારે કશું નથી. કોઈપણ એનાથી અધિક હોવાનો દાવો

નથી કરી શકતો. આ કમજોરી મારી અંદર પણ છે. અહંકાર પણ મારા સ્વભાવનું અંગ છે. પોતાના કૉમરેડોની વચ્ચે મને નિરંકુશ કહી શકાય છે. ત્યાં સુધી કે મારા દોસ્ત શ્રી બટુકેશ્વર કુમાર દત્ત પણ મને ક્યારેક-ક્યારેક એવું કહેતા હતા. કેટલાય પ્રસંગ પર સ્વેચ્છાચારી કહીને મારી નિંદા પણ કરવામાં આવી. કેટલાક મિત્રોને ફરિયાદ છે અને ગંભીર રૂપથી છે કે, હું મારા વિચાર એમના પર થોપું છું અને પોતાના પ્રસ્તાવોને મનાવડાવી લઉં છું. આ વાત કેટલીક હદ સુધી સાચી છે. એનાથી હું ઇનકાર નથી કરતો. એને અહંકાર કહી શકાય છે. જ્યાં સુધી અન્ય પ્રચલિત મતોના મુકાબલે અમારા પોતાના મતનો સવાલ છે. મને નિશ્ચય જ પોતાના મત પર ગર્વ છે, પરંતુ આ વ્યક્તિગત નથી. એવું હોઈ શકે છે કે, આ માત્ર પોતાના વિશ્વાસ પ્રતિ ન્યાયોચિત્ત ગર્વ હોય અને એને ઘમંડ નથી કહી શકાતું. ઘમંડ તો સ્વયં પ્રતિ અનુચિત ગર્વની અધિકતા છે. શું આ અનુચિત ગર્વ છે, જે મને નાસ્તિકતાની તરફ લઈ ગયો? અથવા આ વિષયનું ખૂબ સાવધાનીથી અધ્યયન કરવા અને એના પર ખૂબ વિચાર કર્યા પછી મેં ઈશ્વર પર અવિશ્વાસ કર્યો?

હું એ સમજવામાં પૂરી રીતે અસફળ રહ્યો છું કે, અનુચિત ગર્વ કે વૃથાભિમાન કરી રીતે કોઈ વ્યક્તિના ઈશ્વરમાં વિશ્વાસ કરવાના રસ્તામાં અડચણ બની શકે છે? હકીકતમાં કોઈ મહાન વ્યક્તિની મહાનતાને હું માન્યતા ન આપું- એ ત્યારે જ થઈ શકે છે, જ્યારે મને પણ થોડો એવો યશ પ્રાપ્ત થઈ ગયો હોય, જેના માટે અથવા તો હું યોગ્ય નથી અથવા મારી અંદર એ ગુણ નથી, જે એના માટે જરૂરી છે. ત્યાં સુધી તો સમજમાં આવે છે, પરંતુ એ કેવી રીતે હોઈ શકે છે કે એક વ્યક્તિ, જે ઈશ્વરમાં વિશ્વાસ રાખતો હોય, અચાનક પોતાના વ્યક્તિગત અહંકારના કારણે એમનામાં વિશ્વાસ કરવાનું બંધ કરી દે? બે જ રસ્તા સંભવ છે. અથવા તો મનુષ્ય પોતાને ઈશ્વરનો પ્રતિદ્વન્દ્વી સમજવા લાગે અથવા તો તે સ્વયંને જ ઈશ્વર માનવાનું શરૂ કરી દે. આ બંને જ અવસ્થાઓમાં તે સાચ્ચો નાસ્તિક નથી બની શકતો. પહેલી અવસ્થામાં તો તે પોતાના પ્રતિદ્વન્દ્વીના અસ્તિત્વને નકારતો જ નથી. બીજી અવસ્થામાં પણ તે એક એવી ચેતનાના અસ્તિત્વને માને છે, જે પરદા પાછળથી પ્રકૃતિની બધી ગતિવિધિઓનું સંચાલન કરે છે. હું તો એ સર્વશક્તિમાન પરમ આત્માના અસ્તિત્વથી જ ઇનકાર કરું છું. આ અહંકાર નથી, જેણે મને નાસ્તિકતાના સિદ્ધાંતને ગ્રહણ કરવા માટે પ્રેરિત કર્યો. હું ના તો એક પ્રતિદ્વન્દ્વી છું, ના તો એક અવતાર અને ના તો સ્વયં પરમાત્મા. આ અભિયોગને અસ્વીકાર કરવા માટે આવો તથ્યો પર ધ્યાન આપીએ. મારા આ મિત્રો અનુસાર, દિલ્લી બૉમ્બ કેસ અને લાહોર ષડ્યંત્ર કેસ દરમિયાન મને જે બિનજરૂરી યશ મળ્યો, કદાચ એ કારણે હું વૃથાભિમાની થઈ ગયો છું.

મારો નાસ્તિકતાવાદ કોઈ અત્યારની ઉત્પત્તિ નથી. મેં તો ઈશ્વર પર વિશ્વાસ કરવાનું ત્યારે છોડી દીધું હતું, જ્યારે હું એક અપ્રસિદ્ધ નૌજવાન હતો. ઓછામાં ઓછું એક કૉલેજનો વિદ્યાર્થી તો એવા કોઈ અનુચિત અહંકારને નથી ઉછેરી શકતો, જે એને નાસ્તિકતાની તરફ લઈ જાય. જો કે, હું કેટલાક અધ્યાપકોનો વ્હાલો હતો તથા કેટલાક અન્યને હું સારો લાગતો ન હતો. પણ મેં ક્યારેય પણ ખૂબ મહેનતી અથવા પઢાકૂ વિદ્યાર્થી નથી રહ્યો. અહંકાર જેવી ભાવનામાં ફસાવાની કોઈ તક જ ના મળી શકી. હું તો એક ખૂબ શરમાળ સ્વભાવનો છોકરો હતો, જેની ભવિષ્ય વિશે કંઈક નિરાશાવાદી પ્રકૃતિ હતી. મારા બાબા, જેમના પ્રભાવમાં હું મોટો થયો, તેઓ એક રૂઢિવાદી આર્ય સમાજી છે. એકઆર્ય સમાજી બીજું કંઈપણ હોય, નાસ્તિક નથી હોતો. પોતાનું પ્રાથમિક શિક્ષણ પૂરું કર્યા પછી મેં ડી.એ.વી. સ્કૂલ, લાહોરમાં પ્રવેશ લીધો અને પૂરું એક વર્ષ એના છાત્રાવાસમાં રહ્યો. ત્યાં સવાર અને સાંજની પ્રાર્થના ઉપરાંત હું કલાકો સુધી ગાયત્રી મંત્ર જપ્યા કરતો હતો. એ દિવસોમાં હું પૂરો ભક્ત હતો. પછી મેં પોતાના પિતાની સાથે રહેવાનું શરૂ કર્યું. જ્યાં સુધી ધાર્મિક રૂઢિવાદિતાનો પ્રશ્ન છે, તે એક ઉદારવાદી વ્યક્તિ છે. એમના જ શિક્ષણથી મને સ્વતંત્રતાના ધ્યેય માટે પોતાના જીવનને સમર્પિત કરવાની પ્રેરણા મળી, પરંતુ તેઓ નાસ્તિક નથી. એમનો ઈશ્વરમાં દૃઢ વિશ્વાસ છે. તેઓ મને પ્રતિદિન પૂજા-પ્રાર્થના માટે પ્રોત્સાહિત કરતા રહેતા હતા. આ પ્રકારે મારો ઉછેર થયો. અસહયોગ આંદોલનના દિવસોમાં રાષ્ટ્રીય કૉલેજમાં પ્રવેશ લીધો. અહીં આવીને જ મેં બધી ધાર્મિક સમસ્યાઓ- ત્યાં સુધી કે ઈશ્વરના અસ્તિત્વ વિશે ઉદારતાપૂર્વક વિચારવું તથા એની આલોચના કરવાનું શરૂ કરી દીધું, પણ ત્યારે પણ હું પાક્કો આસ્તિક હતો. એ સમય સુધી હું મારા વાળ લાંબા રાખતો હતો. જો કે, મને ક્યારેય પણ સિખ કે અન્ય ધર્મોની પૌરાણિકતા અને સિદ્ધાંતોમાં વિશ્વાસ થઈ શક્યો ન હતો, પરંતુ મારી ઈશ્વરના અસ્તિત્વમાં દૃઢ નિષ્ઠા હતી. પછી હું ક્રાન્તિકારી પાર્ટી સાથે જોડાયો. ત્યાં જે પહેલા નેતા સાથે મારો સંપર્ક થયો, એ તો પાક્કો વિશ્વાસ ન હોવા છતાં પણ ઈશ્વરના અસ્તિત્વને નકારવાનું સાહસ કરી શકતા ન હતા. ઈશ્વર વિશે મારા હઠપૂર્વક પૂછતાં રહેવા પર તેઓ કહેતા, ''જ્યારે ઇચ્છા હોય, ત્યારે પૂજા કરો''. આ નાસ્તિકતા છે, જેમાં સાહસનો અભાવ છે. બીજા નેતા, જેમનાથી હું સંપર્કમાં આવ્યો, પાક્કા શ્રદ્ધાળુ આદરણીય કામરેડ શચીન્દ્ર નાથ સાન્યાલ આજકાલ કાકોરી ષડ્યંત્ર કેસમાં આજીવન કારાવાસ ભોગવી રહ્યા છે. એમની પુસ્તક 'બન્દી જીવન' ઈશ્વરની મહિમાનો જોરશોરથી ગાન કરે છે. એમણે એમાં ઈશ્વરની ઉપર પ્રશંસાના પુષ્પ રહસ્યાત્મક વેદાંતના કારણે વરસાવ્યા છે. ૨૮ જાન્યુઆરી, ૧૯૨૫એ પૂરા ભારતમાં જે 'ધી રિવોલ્યૂશનરી' (ક્રાંતિકારી) ચિઠ્ઠી વેચવામાં આવી હતી, એ જ એમના બૌદ્ધિક શ્રમનું પરિણામ છે. એમાં સર્વશક્તિમાન અને એની લીલા તેમજ કાર્યોની પ્રશંસા કરવામાં આવી છે. મારો ઈશ્વર પ્રતિ અવિશ્વાસનો ભાવ

ક્રાન્તિકારી દળમાં પણ પ્રસ્ફુટિત થયો ન હતો. કાકોરીના બધા ચાર શહીદોએ પોતાનો અંતિમ દિવસ ભજન-પ્રાર્થનામાં પસાર કર્યો હતો. રામ પ્રસાદ 'બિસ્મિલ' એક રૂઢિવાદી આર્ય સમાજી હતા. સમાજવાદ તથા સામ્યવાદમાં પોતાના વૃહદ્ અધ્યયન છાતં રાજેન લાહડી ઉપનિષદ્ તેમજ ગીતાના શ્લોકોના ઉચ્ચારણની પોતાની અભિલાષાને દબાવી ના શક્યા. મેં એ બધામાં માત્ર એક જ વ્યક્તિને જોયો, જે ક્યારેય પ્રાર્થના કરતો ન હતો અને કહેતો હતો, ''દર્શન શાસ્ત્ર મનુષ્યની દુર્બળતા અથવા જ્ઞાનના સીમિત હોવાના કારણે ઉત્પન્ન થાય છે.'' તે પણ આજીવન નિર્વાસનની સજા ભોગવી રહ્યો છે, પરંતુ એણે પણ ઈશ્વરના અસ્તિત્વને નકારવાની ક્યારેય હિંમત નથી કરી.

આ સમય સુધી હું માત્ર એક રોમાન્ટિક આદર્શવાદી ક્રાન્તિકારી હતો. અત્યાર સુધી અમે બીજાઓનું અનુસરણ કરતા હતા. હવે પોતાના ખભાઓ પર જવાબદારી ઉઠાવવાનો સમય આવ્યો હતો. આ મારા ક્રાન્તિકારી જીવનનું એક નિર્ણાયક બિન્દુ હતું.

'અધ્યયન'ની પોકાર મારા મનના ગલિયારોમાં ગૂંજી રહી હતી- વિરોધીઓ દ્વારા રાખવામાં આવેલા તર્કોનો સામનો કરવા યોગ્ય બનવા માટે અધ્યયન કરો. પોતાના મતના પક્ષમાં તર્ક આપવા સક્ષમ થવા માટે અધ્યયન કરો. મેં વાંચવાનું શરૂ કરી રોમાંસ આપ્યો. એનાથી મારા જૂના વિચાર તેમજ વિશ્વાસ અદ્ભુત રૂપથી પરિષ્કૃત થયા. રોમાંસની જગ્યા ગંભીર વિચારોએ લઈ લીધી. ના વધારે રહસ્યવાદ, ના તો અંધવિશ્વાસ. યથાર્થવાદ અમારો આધાર બન્યો. મને વિશ્વક્રાન્તિના અનેક આદર્શો વિશે વાંચવાની ખૂબ તક મળી. મેં અરાજકતાવાદી નેતા બાકુનિનને વાંચ્યા, કેટલાક સામ્યવાદના પિતા માર્ક્સને, પરંતુ અધિક લેનિન, ત્રાત્સ્કી તેમજ અન્ય લોકોને વાંચ્યા, જે પોતાના દેશમાં સફળતાપૂર્વક ક્રાન્તિ લાવ્યા હતા. આ બધા નાસ્તિક હતા. પછી મને નિરલંબ સ્વામીની પુસ્તક 'સહજ જ્ઞાન' મળી. એમાં રહસ્યવાદી નાસ્તિકતા હતી. ૧૯૨૬ના અંત સુધી મને એ વાતનો વિશ્વાસ થઈ ગયો કે, એક સર્વશક્તિમાન પરમ આત્માની વાત, જેણે બ્રહ્માંડનું સર્જન, દિગ્દર્શન અને સંચાલન કર્યું, એક કોરો બકવાસ છે. મેં પોતાના આ અવિશ્વાસને પ્રદર્શિત કર્યો. મેં આ વિષય પર મારા મિત્રો સાથે ચર્ચા કરી. હું એક ઘોષિત નાસ્તિક થઈ ચુક્યો હતો.

મે, ૧૯૨૭માં લાહોરમાં મારી ધરપકડ થઈ. રેલવે પોલીસ જેલમાં મારે એક મહિનો પસાર કરવો પડ્યો. પોલીસ અધિકારીઓએ મને બતાવ્યું કે હું લખનઉમાં હતો, જ્યારે ત્યાં કોરી દળનો કેસ ચાલી રહ્યો હતો, કે મેં એમને છોડાવવાની કોઈ યોજના પર વાત કરી હતી, કે એમની સહમતિ મેળવ્યા પછી અમે કેટલાક બૉમ્બ પ્રાપ્ત કર્યા હતા, કે ૧૯૨૭માં દશેરાના અવસર પર એ બૉમ્બોમાંથી એક પરીક્ષણ માટે ભીડ પર ફેંકવામાં આવ્યો, કે જો હું ક્રાન્તિકારી દળની ગતિવિધિઓ પર પ્રકાશ ફેંકતું એક વક્તવ્ય આપી દઉં, તો મારી ધરપકડ

નહીં કરવામાં આવે અને એના વિપરીત અદાલતમાં બાતમીદાર તરીકે રજૂ કર્યા વગર છોડી દેવામાં આવશે અને ઇનામ આપવામાં આવશે. હું આ પ્રસ્તાવ પર હસ્યો. આ બધી બેકારની વાત હતી. અમારા લોકોની જેમ વિચાર રાખનારા પોતાની નિર્દોષ જનતા પર બૉમ્બ નથી ફેંક્યા કરતા. એક દિવસ સવારે સી.આઈ.ડી.ના વરિષ્ઠ અધિક્ષક શ્રી ન્યૂમને કહ્યું કે, જો મેં એવું વક્તવ્ય ના આપ્યું, તો મારા પર કાકોરી કેસથી સંબંધિત વિદ્રોહ છેડવાનું ષડ્યંત્ર તથા દશેરા ઉપદ્રવમાં ક્રૂર હત્યાઓ માટે કેસ ચલાવવા પર બાધ્ય થસે અને એમની પાસે મને સજા અપાવવા તેમજ ફાંસી પર લટકાવવા માટે ઉચિત પ્રમાણ છે. એ જ દિવસથી કેટલાક પોલીસ અધિકારીઓએ મને નિયમથી બંને સમય ઈશ્વરની સ્તુતિ કરવા માટે ફોસલાવવાનું શરૂ કર્યું. પણ હવે હું એક નાસ્તિક હતો. હું ખુદ માટે એ વાત નક્કી કરવા ઇચ્છતો હતો કે, શું શાન્તિ અને આનંદના દિવસોમાં જ હું નાસ્તિક હોવાનો દંભ ભરું છું કે એવા કઠિન સમયમાં પણ હું એ સિદ્ધાંતો પર અડગ રહી શકું છું. ખૂબ વિચાર્યા બાદ મેં નિશ્ચય કર્યો કે, કોઈપણ રીતે ઈશ્વર પર વિશ્વાસ તથા પ્રાર્થના હું નથી કરી શકતો. ના, મેં એક ક્ષણ માટે પણ નથી કરી. આ સાચું પરીક્ષણ હતું અને હું સફળ રહ્યો. હવે હું એક પાક્કો અવિશ્વાસી હતો અને ત્યારથી નિરંતર છું. આ પરીક્ષણ પર ખરું ઉતરવું સરળ કામ ન હતું. 'વિશ્વાસ' કષ્ટોને હળવા કરી દે છે. ત્યાં સુધી કે એમને સુખકર બનાવી શકે છે. ઈશ્વરમાં મનુષ્યને અત્યધિક સાંત્વના આપતો એક આધાર મળી શકે છે. એના વગર મનુષ્યએ પોતાની ઉપર નિર્ભર રહેવું પડે છે. તોફાન અને ઝંઝાવાતની વચ્ચે પોતાના પગો પર ઊભું રહેવું કોઈ બાળકોનો ખેલ નથી. પરીક્ષાની આ ઘડીઓમાં અહંકાર જો છે, તો વરાળ બનીને ઉડી જાય છે અને મનુષ્ય પોતાના વિશ્વાસને અવગણવાનું સાહસ નથી કરી શકતો. જો એવું કરે છે, તો એનાથી એ નિષ્કર્ષ નીકળે છે કે, એની પાસે માત્ર અહંકાર નહીં બલ્કે કોઈ અન્ય શક્તિ છે. આજે બિલકુલ એવી જ સ્થિતિ છે. નિર્ણયની પૂરેપૂરી જાણ છે. એક સપ્તાહની અંદર જ એ ઘોષિત થઈ જશે કે, હું પોતાનું જીવન એક ધ્યેય પર ન્યોછાવર કરવા જઈ રહ્યો છું. આ વિચાર સિવાય બીજી શું સાંત્વના હોઈ શકે છે? ઈશ્વરમાં વિશ્વાસ રાખનાર હિન્દુ પુનર્જન્મ પર રાજા થવાની આશા કરી શકે છે. એક મુસલમાન કે ઈસાઈ સ્વર્ગમાં વ્યાપ્ત સમૃદ્ધિના આનંદની તથા પોતાના કષ્ટો અને બલિદાન માટે પુરસ્કારની કલ્પના કરી શકે છે, પરંતુ હું શું આશા કરું? હું જાણું છું કે, જે ક્ષણે ફાંસીનો ફંદો મારા ગળા પર લાગશે અને મારા પગો નીચેથી તખ્તો હટશે, તે પૂર્ણ વિરામ હશે - તે અંતિમ ક્ષણ હશે. હું કે મારી આત્મા બધું ત્યાં જ સમાપ્ત થઈ જશે. આગળ કશું નહીં રહે. એક નાની ઝઝૂમતી જિંદગી, જેની કોઈ એવી ગૌરવશાળી પરિણતિ નથી, તે સ્વયંમાં એક પુરસ્કાર હશે- જો મારામાં એ દૃષ્ટિથી જોવાનું સાહસ હોય. કોઈ સ્વાર્થ વગર અહીં કે અહીં પછી પુરસ્કારની ઇચ્છા

વગર, મેં અનાસક્ત ભાવથી પોતાના જીવનને સ્વતંત્રતાના ધ્યેય પર સમર્પિત કરી દીધું છે, કેમ કે હું બીજું કશું કરી જ શકતો ન હતો. જે દિવસે આપણને આ મનોવૃત્તિના ઘણા બધા પુરુષ અને મહિલાઓ મળી જશે, જે પોતાના જીવનને મનુષ્યની સેવા અને પીડિત માનવતાના ઉદ્ધાર સિવાય ક્યાંય સમર્પિત કરી જ નથી શકતા, એ જ દિવસથી મુક્તિના યુગનો શુભારંભ થશે. એ શોષકો, ઉત્પીડકો અને અત્યાચારીઓને પડકાર આપવા માટે ઉત્પ્રેરિત થશે. આથી નહીં કે, એમને રાજા બનવું છે અથવા કોઈ અન્ય પુરસ્કાર પ્રાપ્ત કરવો છે અહીં કે આગલા જન્મમાં કે મૃત્યોપરાંત સ્વર્ગમાં. એમને તો માનવતાની ગરદનથી દાસતાનો જુગાર ઉતારી ફેંકવા અને મુક્તિ તેમજ શાંતિ સ્થાપિત કરવામાટે આ માર્ગને અપનાવવો પડશે. શું તેઓ એ રસ્તા પર ચાલશે, જે એમના પોતાના માટે ખતરનાક પરંતુ એમની મહાન આત્મા માટે એકમાત્ર કલ્પનીય રસ્તો છે? શું આ મહાન ધ્યેય પ્રતિ એમના ગર્વને અહંકાર કહીને એનો ખોટો અર્થ લગાવવામાં આવશે? કોણ આ પ્રકારના ઘૃણિત વિશેષણ બોલવાનું સાહસ કરશે? કાં તો તે મૂર્ખ છે કે ધૂર્ત. આપણને જોઈએ કે, એને ક્ષમા કરી દઈએ, કેમ કે તે એ હૃદયમાં ઉદ્વેલિત ઉચ્ચ વિચારો, ભાવનાઓ, આવેગો તથા એમની ઊંડીને મહેસૂસ નથી કરી શકતા. એનું હૃદય માંસના એક ટુકડાની જેમ મૃત છે. એની આંખો પર અન્ય સ્વાર્થોના પ્રેતોની છાયા પડવાથી તે કમજોર થઈ ગઈ છે. સ્વયં પર ભરોસો રાખવાના ગુણને હંમેશાં અહંકારની સંજ્ઞા આપી શકાય છે. આ દુઃખપૂર્ણ અને કષ્ટપ્રદ છે, પણ ચારો જ શું છે?

આલોચના અને સ્વતંત્ર વિચાર બંને એક ક્રાન્તિકારીના અનિવાર્ય ગુણ છે, કેમ કે આપણા પૂર્વજોએ કોઈ પરમ આત્મા પ્રતિ વિશ્વાસ બનાવી લીધો હતો. આથી કોઈપણ વ્યક્તિ જે એ વિશ્વાસને સત્યતા કે એ પરમ આત્માના અસ્તિત્વને પડકાર આપે, એને વિધર્મી, વિશ્વાસઘાતી કહેવામાં આવશે. જો એના તર્ક એટલા અકાટ્ય છે કે, એમનું ખંડન વિતર્ક દ્વારા નથી થઈ શકતું અને એની આસ્થા એટલી પ્રબળ છે કે, એને ઈશ્વરના પ્રકોપથી થનારી વિપત્તિઓનો ભય બતાવીને દબાવી નથી શકાતો, તો એની એ કહીને નિંદા કરવામાં આવશે કે તે વૃથાભિમાની છે. આ મારો અહંકાર ન હતો, જે મને નાસ્તિકતા તરફ લઈ ગયો. મારી તર્કની રીત સંતોષપ્રદ સિદ્ધ થાય છે કે નહીં એનો નિર્ણય મારા વાચકોએ કરવાનો છે, મારે નહીં. હું જાણું છું કે, ઈશ્વર પર વિશ્વાસે આજે મારું જીવન સરળ અને મારો ભાર હળવો કરી દીધો હોત. એના પર મારા અવિશ્વાસે આખા વાતાવરણને અત્યંત શુષ્ક બનાવી દીધું છું. થોડો રહસ્યવાદ એને કવિત્વમય બનાવી શકે છે, પરંતુ મારા ભાગ્યને કોઈ ઉન્માદનો સહારો ના જોઈએ. હું યથાર્થવાદી છું. હું અંતઃ પ્રકૃતિ પર વિવેકની સહાયતાથી વિજય ઇચ્છું છું. આ ધ્યેયમાં હું હંમેશાં સફળ નથી થયો. પ્રયાસ કરવો મનુષ્યનું કર્તવ્ય છે. સફળતા તો સંયોગ તથા

વાતાવરણ પર નિર્ભર છે. કોઈપણ મનુષ્ય, જેમાં સહેજ પણ વિવેક શક્તિ છે, તે પોતાના વાતાવરણને તાર્કિક રૂપથી સમજવા ઇચ્છશે. જ્યાં સીધું પ્રમાણ નથી, ત્યાં દર્શન શાસ્ત્રનું મહત્વ છે. જ્યારે આપણા પૂર્વજોએ આરામના સમયે વિશ્વના રહસ્યને, એના ભૂત, વર્તમાન તેમજ ભવિષ્યને, એને કેમ અને ક્યાંથી એને સમજવાનો પ્રયાસ કર્યો તો સીધા પરિણામોના કઠિન અભાવમાં દરેક વ્યક્તિએ આ પ્રશ્નોને પોતાના ઢંગથી હલ કર્યો. આ જ કારણ છે કે, વિભિન્ન ધાર્મિક મતોમાં આપણને એટલું અંતર મળે છે, જે ક્યારેક-ક્યારેક વૈમનસ્ય તથા ઝગડાનું રૂપ લઈ લે છે. ના માત્ર પૂર્વ અને પશ્ચિમના દર્શનોમાં મતભેદ છે, બલ્કે પ્રત્યેક ગોળાર્ધના પોતાના વિભિન્ન મતોમાં આપસમાં અંતર છે. પૂર્વના ધર્મોમાં, ઇસ્લામ તથા હિન્દુ ધર્મમાં સહેજ પણ અનુરૂપતા નથી. ભારતમાં જ બૌદ્ધ તથા જૈન ધર્મ એ બ્રાહ્મણવાદથી ખૂબ અલગ છે, જેમાં સ્વંય આર્યસમાજ તેમજ સનાતન ધર્મ જેવા વિરોધી મત જોવા મળે છે. જૂના સમયનો એક સ્વતંત્ર વિચારક ચાર્વાક છે. એણે ઈશ્વરને જૂના સમયમાં જ પડકાર આપ્યો હતો. દરેક વ્યક્તિ પોતાને સાચો માને છે. દુર્ભાગ્યની વાત છે કે, જૂના વિચારકોના અનુભવો તથા વિચારોને ભવિષ્યમાં અજ્ઞાનતાની વિરુદ્ધ લડાઈનો આધાર બનાવવા આપણે આળસુઓની જેમ, જે આપણે સિદ્ધ થઈ ચુક્યા છે, એના બદલે એમના કથનમાં અવિચલ તેમજ સંશયહીન વિશ્વાસની ચીસ પોકાર કરતાં રહીએ છીએ અને આ પ્રકારે માનવતાના વિકાસને જડ બનાવવાનો દોષી છીએ.

માત્ર વિશ્વાસ અને અંધવિશ્વાસ ખતરનાક છે. આ મસ્તિષ્કને મૂઢ અને મનુષ્યને પ્રતિક્રિયાવાદી બનાવી દે છે. જે મનુષ્ય પોતાને યથાર્થવાદી હોવાનો દાવો કરે છે, એણે સમસ્ત પ્રાચીન રૂઢિગત વિશ્વાસોને પડકાર આપવો પડશે. પ્રચલિત મતોને તર્કની કસોટી પર કસવા પડશે. જો તે તર્કનો પ્રહાર ન સહન કરી શકે, તો ટુકડાં-ટુકડાં થઈને પડી જશે. ત્યારે નવા દર્શનની સ્થાપના માટે એમને પૂરા ધરાશાયી કરીને જગ્યા સાફ કરવી અને જૂના વિશ્વાસોની કેટલીક વાતોનો પ્રયોગ કરીને પુનર્નિર્માણ કરવા. હું પ્રાચીન વિશ્વાસોના ઠોસપણા પર પ્રશ્ન કરવાના સંબંધમાં આશ્વસ્ત છું. મને પૂરો વિશ્વાસ છે કે, એક ચેતન પરમ આત્માનો, જે પ્રકૃતિની ગતિનું દિગ્દર્શન તેમજ સંચાલન કરે છે, કોઈ અસ્તિત્વ નથી. અમે પ્રકૃતિમાં વિશ્વાસ કરીએ છીએ અને સમસ્ત પ્રગતિશીલ આંદોલનનો ધ્યેય મનુષ્ય દ્વારા પોતાની સેવા માટે પ્રકૃતિ પર વિજય પ્રાપ્ત કરવાનું માનીએ છીએ. એને દિશા આપવાની પાછળ કોઈ ચેતન શક્તિ નથી. આ જ અમારું દર્શન છે. અમે આસ્તિકોથી કેટલાક પ્રશ્ન કરવા ઇચ્છીએ છીએ.

જો તમારો વિશ્વાસ છે કે, સર્વશક્તિમાન, સર્વવ્યાપક અને સર્વજ્ઞાની ઈશ્વર છે, જેણે વિશ્વની રચના કરી, તો કૃપા કરીને મને એ બતાવો કે, એણે આ રચના કેમ કરી? કષ્ટો અને સંતાપોથી પૂર્ણ દુનિયા- અસંખ્ય દુ:ખોના શાશ્વત અનંત

ગઠબંધનોથી ગ્રસિત! એક પણ વ્યક્તિ પૂરી રીતે સંતુષ્ટ નથી. કૃપા કરીને એ ના કહો કે, આ જ એનો નિયમ છે. જો તે કોઈ નિયમમાં બંધાયેલ છે, તો તે સર્વશક્તિમાન નથી. તે પણ આપણી જ જેમ નિયમોનો દાસ છે. કૃપા કરીને એ પણ ના કહો કે, આ એનું મનોરંજન છે. નીરોએ બસ એક રોમને સળગાવ્યું હતું. એણે ખૂબ થોડી સંખ્યામાં લોકોની હત્યા કરી હતી. એણે તો ખૂબ થોડા દુઃખ પેદા કર્યા, પોતાના પૂર્ણ મનોરંજન માટે અને એનું ઈતિહાસમાં શું સ્થાન છે? તેને ઈતિહાસકાર કયા નામથી બોલાવે છે? બધા ઝેરી વિશેષણ એના પર વરસાવવામાં આવે છે. પાનાઓ એની નિંદાના વાક્યોથી ભરાયેલા છે, ભર્ત્સના કરે છે કે નીરો એક હૃદયહીન, નિર્દયી, દુષ્ટ. એક ચંગેજ ખાંએ પોતાના આનંદ માટે કેટલાક હજારો જીવ લઈ લીધા અને આજે આપણે એના નામથી ઘૃણા કરીએ છીએ. ત્યારે કયા પ્રકારે તમે પોતાના ઈશ્વરને ન્યાયોચિત્ત ઠેરવો છો? એ શાશ્વત નીરોને, જે દરેક દિવસે, દરેક કલાકે અને દરેક મિનિટે અસંખ્ય દુઃખ આપતો રહ્યો અને હજુ પણ આપી રહ્યો છે. પછી તમે કેવી રીતે એના દુષ્કર્મોનો પક્ષ લેવાનું વિચારો છો, જે ચંગેજ ખાંથી પ્રત્યેક ક્ષણ અધિક છે?

શું આ બધું પછીથી આ નિર્દોષ કષ્ટ સહન કરનારાઓને પુરસ્કાર અને ભૂલ કરનારાઓને દંડ આપવા માટે થઈ રહ્યું છે? ઠીક છે, ઠીક છે. તમે ક્યાં સુધી એ વ્યક્તિને ઉચિત ઠેરવતા રહેશો, જે આપણા શરીર પર ઘા કરવાનું સાહસ આથી કરે છે કે, પછી મુલાયમ અને આરામદાયક મલમ લગાવશે? ગ્લેડિએટર સંસ્થાના વ્યવસ્થાપક ક્યાં સુધી ઉચિત કરતા હતા કે, એક ભૂખ્યા ખૂંખાર સિંહની સામે મનુષ્યને ફેંકી દો કે, જો તે એનાથી જીવ બચાવી લે છે, તો એની ખૂબ દેખભાળ કરવામાં આવશે? આથી હું પૂછું છું કે, એ ચેતન પરમ આત્માએ આ વિશ્વ અને એમાં મનુષ્યોની રચના કેમ કરી? આનંદ લૂંટવા માટે? ત્યારે એનામાં અને નીરોમાં શું ફર્ક છે?

તમે મુસલમાનો અને ઈસાઈઓ! તમે તો પૂર્વજન્મમાં વિશ્વાસ નથી કરતા. તમે તો હિન્દુઓની જેમ એ તર્ક રજૂ નથી કરી શકતા કે, પ્રત્યક્ષતઃ નિર્દોષ વ્યક્તિઓના કષ્ટ એમના પૂર્વજન્મોના કર્મોનું ફળ છે. હું તમારાથી પૂછું છું કે, એ સર્વશક્તિશાળી શબ્દ દ્વારા વિશ્વની ઉત્પત્તિ માટે ૬ દિવસ સુધી કેમ પરિશ્રમ કર્યો? અને પ્રત્યેક દિવસે તે કેમ કહે છે કે, બધું ઠીક છે? બોલાવો એને આજે. એને પાછલો ઈતિહાસ બતાવો. એને આજની પરિસ્થિતિઓનું અધ્યયન કરવા દો. આપણે જોઈશું કે, શું તે કહેવાનું સાહસ કરે છે કે બધું ઠીક છે. કારાવાસની કાલકોઠરીઓથી લઈને ઝૂંપડીઓની વસ્તીઓ સુધી ભૂખથી તડપતા લાખો માણસોથી લઈને એ શોષિત મજૂરોથી લઈને જે પૂંજીવાદી પિશાચ દ્વારા લોહી ચૂકવાની ક્રિયાને ધૈર્યપૂર્વક નિરુત્સાહથી જોઈ રહ્યા છે તથા એ માનવશક્તિની બરબાદી જોઈ રહ્યા છે, જેને જોઈને કોઈપણ વ્યક્તિ, જેને સહેજ પણ સહજ

જ્ઞાન છે, ભયથી થથરી ઉઠશે અને અધિક ઉત્પાદનને જરૂરતમંદ લોકોમાં વહેંચવાને બદલે સમુદ્રમાં ફેંકી દેવાનું યોગ્ય સમજવાથી લઈને રાજાઓના એ મહેલો સુધી જેમનો પાયો માનવના હાડકાઓ પર પડેલો છે- એને આ બધું જોવા દો અને પછી કહે બધું ઠીક છે! કેમ અને ક્યાંથી? આ જ મારો પ્રશ્ન છે. તમે ચુપ છો. ઠીક છે, તો હું આગળ ચાલું છું.

અને તમે હિન્દુઓ, તમે કહો છો કે, આજે જે કષ્ટ ભોગવી રહ્યા છે, આ પૂર્વજન્મના પાપી છે અને આજના ઉત્પીડક પાછલા જન્મોમાં સાધુ પુરુષ હતા, આથી તેઓ સત્તાનો આનંદ લૂંટી રહ્યા છે. મારે એ માનવું પડે છે કે, તમારા પૂર્વજ ખૂબ જ ચાલાક વ્યક્તિ હતા. એમણે એવા સિદ્ધાંત ઘડ્યા, જેમાં તર્ક અને અવિશ્વાસના બધા પ્રયાસોને વિફળ કરવાની પર્યાપ્ત તાકાત છે. ન્યાયશાસ્ત્ર અનુસાર દંડને અપરાધી પર પડવાવાળી અસરના આધાર પર માત્ર ત્રણ કારણોથી ઉચિત ઠેરવી શકાય છે. તે છે - પ્રતિકાર, ભય તથા સુધાર. આજે બધા પ્રગતિશીલ વિચારકો દ્વારા પ્રતિકારના સિદ્ધાંતની નિંદા કરવામાં આવે છે. ભયભીત કર વાના સિદ્ધાંતનો પણ અંત એ જ છે. સુધાર કરવાનો સિદ્ધાંત જ માત્ર જરૂરી છે અને માનવતાની પ્રગતિ માટે અનિવાર્ય છે. એનો ધ્યેય અપરાધીને યોગ્ય અને શાંતિપ્રિય નાગરિકના રૂપમાં સમાજને પરત કરવાનો છે, પરંતુ જો આપણે મનુષ્યોને અપરાધી માની પણ લઈએ, તો ઈશ્વર દ્વારા એમને આપવામાં આવેલા દંડની શું પ્રકૃતિ છે? તમે કહો છો, તે એમને ગાય, બિલાડી, ઝાડ, જડી-બૂટી કે જાનવર બનાવીને પેદા કરે છે. તમે એવા ૮૪ લાખ દંડને ગણાવો છો. હું પૂછું છું કે, મનુષ્ય પર એમની સુધારકના રૂપમાં શું અસર છે? તમે એવા કેટલા વ્યક્તિઓને મળ્યા છો, જે એ કહે છે કે તેઓ કોઈ પાપના કારણે પૂર્વજન્મમાં ગધેડાના રૂપમાં પેદા થયા હતા? એક પણ નહીં? પોતાના પુરાણોથી ઉદાહરણ ના આપો. મારી પાસે તમારી પૌરાણિક કથાઓ માટે કોઈ સ્થાન નથી. અને વળી શું તમને ખબર છે કે, દુનિયામાં સૌથી મોટું પાપ ગરીબ હોવાનું છે. ગરીબી એક અભિશાપ છે. આ એક દંડ છે. હું પૂછું છું કે, દંડ પ્રક્રિયાની ક્યાં સુધી પ્રશંસા કરીએ, જે અનિવાર્યતઃ મનુષ્યને અન્ય વધારે અપરાધ કરવા માટે બાધ્ય કરે? શું તમારા ઈશ્વરે એ વિચાર્યું ન હતું અથવા એને પણ આ બધી વાતો માનવતા દ્વારા અકથનીય કષ્ટોને સહન કરવાની કિંમત પર અનુભવથી શીખવાની હતી? તમે શું વિચારો છો, કોઈ ગરીબ કે અભણ પરિવાર જેમ કે એક ચમાર કે મેહતર કે અહીં પેદા થવા પર માણસનું શં ભાગ્ય હશે? કેમ કે તે ગરીબ છે, આથી અભ્યાસ નથી કરી શકતો. તે પોતાના સાથીઓથી તિરસ્કૃત તેમજ પરિત્યક્ત રહે છે, જે ઊંચી જાતિમાં પેદા થવાના કારણે પોતાને ઊંચા સમજે છે. એનું અજ્ઞાન, એની ગરીબી તથા એનાથી કરવામાં આવેલો વ્યવહાર એના હૃદયને સમાજ પ્રતિ નિષ્ઠુર બનાવી દે છે. જો તે કોઈ પાપ કરે છે, તો એનું ફળ કોણ ભોગવશે? ઈશ્વર, તે સ્વયં કે

સમાજના મનીષી? અને એ લોકોના દંડ વિશે શું થશે, જેમને દંભી બ્રાહ્મણોએ જાણીજોઈને અજ્ઞાની બનાવીને રાખ્યા તથા જેમને તમારી જ્ઞાનની પવિત્ર પુસ્તકો-વેદોના કેટલાક વાક્ય સાંભળી લેવાના કારણે કાનમાં ઓગળેલા કાચની ધારા સહન કરવાની સજા ભોગવવી પડતી હતી? જો તે કોઈ અપરાધ કરે છે, તો એના માટે કોણ જવાબદાર હશે? અને એમનો પ્રહાર કોણ સહન કરશે? મારા પ્રિય દોસ્તો! આ સિદ્ધાંત વિશેષાધિકાર યુક્ત લોકોનો આવિષ્કાર છે. આ પોતાની હથિયાયેલી શક્તિ, પૂંજી તથા ઉચ્ચતાને એ સિદ્ધાંતોના આધાર પર સાચી ઠેરવે છે. અપટાન સિંક્લેયરે લખ્યું હતું કે, મનુષ્યને બસ અમરત્વમાં વિશ્વાસ અપાવી દો અને એના પછી એની બધી સંપત્તિ લૂંટી લો. તે બડબડાયા વગર આ કાર્યમાં તમારી મદદ કરશે. ધર્મના ઉપદેશકો તથા સત્તાના સ્વામીઓના ગઠબંધનથી જ જેલ, ફાંસી, ચાબુકો અને આ સિદ્ધાંત ઉપજે છે.

હું પૂછું છું તમારો સર્વશક્તિશાળી ઈશ્વર દરેક વ્યક્તિને એ સમયે કેમ નથી રોકતો, જ્યારે તે કોઈ પાપ કે અપરાધ કરી રહ્યો હોય છે? આ તો તે ખૂબ સરળતાથી કરી શકે છે. તેણે કેમ ના લડાકૂ રાજાઓની લડવાની ઉગ્રતાને સમાપ્ત કરી અને આ પ્રકારે વિશ્વયુદ્ધ દ્વારા માનવતા પર પડનારી વિપત્તિઓથીએ એણે બચાવ્યા? એણે અંગ્રેજોના મસ્તિષ્કમાં ભારતે મુક્ત કરી દેવાની ભાવના કેમ પેદા ના કરી? તે કેમ ના પૂંજીપજિઓના હૃદયમાં એ પરોપકારી ઉત્સાહ ભરી દેતો કે, તેઓ ઉત્પાદનના સાધનો પર પોતાની વ્યક્ગિત સંપત્તિના અધિકારનો ત્યાગ કરી દે અને આ પ્રકારે માત્ર સંપૂર્ણ શ્રમિક સમુદાય, બલ્કે સમસ્ત માનવ સમાજને પૂંજીવાદી બેડીઓમાંથી મુક્ત કરે? તમે સમાજવાદની વ્યાવહારિકતા પર તર્ક કરવા ઇચ્છો છો. હું એને તમારા સર્વશક્તિમાન પર છોડી દઉં છું કે, તે લાગુ કરે. જ્યાં સુધી સામાન્ય ભલાઈની વાત છે, લોકો સમાજવાદના ગુણોને માને છે. તેઓ એના વ્યાવહારિક ન હોવાનું બહાનું લઈને એનો વિરોધ કરે છે. પરમાત્માને આવવા દો અને તે વસ્તુને યોગ્ય રીતથી કરી દે. અંગ્રેજોનું શાસન અહીં આથી નથી કે, ઈશ્વર ઇચ્છે છે બલ્કે આથી કે એમની પાસે તાકાત છે અને આપણામાં એમનો વિરોધ કરવાની હિંમત નથી. તેમણે આપણને પોતાના પ્રભુત્વમાં ઈશ્વરની મદદથી નથી રાખ્યા, બલ્કે બંદૂકો, રાઈફલો, બૉમ્બ અને ગોળીઓ, પોલીસ અને સેનાના સહારે. આ આપણી ઉદાસીનતા છે કે, તેઓ સમાજની વિરુદ્ધ સૌથી નિંદનીય અપરાધ- એક રાષ્ટ્રનું બીજા રાષ્ટ્ર દ્વારા અત્યાચાર પૂર્ણ શોષણ- સફળતાપૂર્વક કરી રહ્યા છે. ક્યાં છે ઈશ્વર? શું તે મનુષ્ય જાતિના આ કષ્ટોની મજા લઈ રહ્યા છે? એક નીરો, એક ચંગેજ, એનો નાશ થાય!

શું તમે મારાથી પૂછો છો કે, હું આ વિશ્વની ઉત્પત્તિ તથા માનવની ઉત્પત્તિની વ્યાખ્યા કેવી રીતે કરું છું? ઠીક છે, હું તમને બતાવું છું. ચાર્લ્સ ડારવિને આ વિષય પર થોડો પ્રકાશ ફેંકવાનો પ્રયાસ કર્યો છે. એને વાંચો. આ એક પ્રકૃતિની ઘટના

છે. વિભિન્ન પદાર્થોના, નીહારિકાના આકારમાં, આકસ્મિક મિશ્રણથી પૃથ્વી બની. ક્યારે? ઈતિહાસ જુઓ. આ જ પ્રકારની ઘટનાથી જંતુ પેદા થયા અને એક લાંબા સમયમાં માનવ. ડાર્વિનની 'જીવની ઉત્પત્તિ' વાંચો. અને તદુપરાંત બધો વિકાસ મનુષ્ય દ્વારા પ્રકૃતિના સતત વિરોધ અને એના પર વિજય પ્રાપ્ત કરવાની ચેષ્ટાથી થયો. આ એ ઘટનાની સંભવતઃ સૌથી સૂક્ષ્મ વ્યાખ્યા છે.

તમારો બીજો તર્ક એ હોઈ શકે છે કે, કેમ એક બાળક અંધ કે લંગડો પેદા થાય છે? શું આ એના પૂર્વજન્મમાં કરવામાં આવેલા કાર્યોનું ફળ નથી? જીવ વિજ્ઞાનવેત્તાઓએ આ સમસ્યાનું વૈજ્ઞાનિક સમાધાન કાઢી લીધું છે. અવશ્ય જ તમે એક વધારે બચકાના પ્રશ્ન પૂછી શકો છો. જો ઈશ્વર નથી તો લોકો એમાં વિશ્વાસ કેમ કરવા લાગ્યા? મારો ઉત્તર સૂક્ષ્મ તથા સ્પષ્ટ છે. જે પ્રકારે તેઓ પ્રેતો તથા દુષ્ટ આત્માઓમાં વિશ્વાસ કરવા લાગ્યા. અંતર માત્ર એટલું કે, ઈશ્વરમાં વિશ્વાસ વિશ્વવ્યાપી છેઅને દર્શન અત્યંત વિકસિત. એની ઉત્પત્તિનો શ્રેય એ શોષકોની પ્રતિભાનો છે, જે પરમાત્માના અસ્તિત્વનો ઉપદેશ આપીને લોકોને પોતાના પ્રભુત્વમાં રાખવા ઈચ્છતા હતા તથા એમનાથી પોતાની વિશિષ્ટ સ્થિતિનો અધિકાર તેમજ અનુમોદન ઈચ્છતા હતા. બધા ધર્મ, સંપ્રદાય, પંથ અને એવી અન્ય સંસ્થાઓ અંતમાં નિર્દયી અને શોષક સંસ્થાઓ, વ્યક્તિઓ તથા વર્ગોની સમર્થક થઈ જાય છે. રાજાની વિરુદ્ધ દરેક વિદ્રોહ કરીને દરેક ધર્મમાં સદૈવ જ પાપ રહ્યું છે.

મનુષ્યની સીમાઓને ઓળખવા પર, એની દુર્બળતા તેમજ દોષને સમજ્યા પછી પરીક્ષાની ઘડીઓમાં મનુષ્યને બહાદુરીથી સામનો કરવા માટે ઉત્સાહિત કરવા, બધા જોખમોને પુરુષત્વની સાથે સહન કરવા તથા સંપન્નતા તેમજ એશ્વર્યમાં એના વિસ્ફોટને બાંધવા માટે ઈશ્વરના કાલ્પનિક અસ્તિત્વની રચના થઈ. પોતાના વ્યક્તિગત નિયમો તથા અભિભાવકીય ઉદારતાથી પૂર્ણ ઈશ્વરની વધારી-ચઢાવીને કલ્પના તેમજ ચિત્રણ કરવામાં આવ્યું. જ્યારે એની ઉગ્રતા તથા વ્યક્તિગત નિયમોની ચર્ચા થાય છે, તો એનો ઉપયોગ એક ભય બતાવનારાના રૂપમાં કરવામાં આવે છે, જેથી કોઈ મનુષ્ય સમાજ માટે જોખમ ના બની જાય. જ્યારે એના અભિભાવક ગુણોની વ્યાખ્યા થાય છે, તો એનો ઉપયોગ એક પિતા, માતા, ભાઈ, બહેન, દોસ્ત તથા સહાયકની જેમ કરવામાં આવે છે. જ્યારે મનુષ્ય પોતાના બધા મિત્રો દ્વારા વિશ્વાસઘાત તથા ત્યાગ આપવાથી અત્યંત ક્લેશમાં હોય, ત્યારે એને આ વિચારથી સાંત્વના મળી શકે છે કે, એક સદા સાચો દોસ્ત એની સહાયતા કરવાનો છે, એને સહારો આપશે તથા તે સર્વશક્તિમાન છે અને કંઈપણ કરી શકે છે. હકીકતમાં આદિમ કાળમાં આ સમાજ માટે ઉપયોગી હતું. પીડામાં પડેલા મનુષ્ય માટે ઈશ્વરની કલ્પના ઉપયોગી થાય છે. સમાજે આ વિશ્વાસની વિરુદ્ધ લડવું પડશે. મનુષ્ય જ્યારે

પોતાના પગો પર ઊભો થવાનો પ્રયાસ કરે છે તથા યથાર્થવાદી બની જાય છે, ત્યારે એણે શ્રદ્ધાને એક તરફ ફેંકી દેવી જોઈએ અને એ બધા કષ્ટો, પરેશઆનીઓનો પુરુષત્વની સાથે સામનો કરવો જોઈએ, જેમાં પરિસ્થિતિઓ એને પટકી શકે છે. આ જ આજે મારી સ્થિતિ છે. આ મારો અહંકાર નથી, મારા દોસ્ત! આ મારી વિચારવાની રીત છે, જેણે મને નાસ્તિક બનાવ્યો. ઈશ્વરમાં વિશ્વાસ અને રોજબરોજની પ્રાર્થનાને હું મનુષ્ય માટે સૌથી સ્વાર્થી અને નીચલી કક્ષાનું કામ માનું છું. મેં એ નાસ્તિકો વિશે વાંચ્યું છે, જેમણે બધી વિપદાઓનો બહાદુરીથી સામનો કર્યો. આથી હું પણ એક પુરુષની જેમ ફાંસીના ફંદાની અંતિમ ઘડી સુધી માથું ઊંચું કરીને ઊભો રહેવા ઇચ્છું છું.

આપણે જોવાનું છે કે, હું કેવી રીતે નિભાવી શકું છું. મારા એક મિત્રએ મને પ્રાર્થના કરવાનું કહ્યું. જ્યારે મેં એને નાસ્તિક હોવાની વાત બતાવી તો એણે કહ્યું, ''પોતાના અંતિમ દિવસોમાં તું વિશ્વાસ કરવા લાગીશ.'' મેં કહ્યું, ''ના, વ્હાલા દોસ્ત, એવું નહીં થાય. હું એને પોતાના માટે અપમાનજનક તથા ભ્રષ્ટ થવી વાત સમજાવું છું. સ્વાર્થી કારણોથી હું પ્રાર્થના નહીં કરું.'' વાચકો અને દોસ્તો, શું આ અહંકાર છે? જો છે તો હું સ્વીકાર કરું છું.

★

નાના ભાઈ કુલતારના નામે અંતિમ પત્ર
(માર્ચ, ૧૯૩૧)

સેન્ટ્રલ જેલ, લાહોર
૩ માર્ચ, ૧૯૩૧

અજીજ કુલતાર,

આજે તારી આંખોમાં આંસુ જોઈને ખૂબ દુઃખ થયું. આજે તારી વાતોમાં ખૂબ જ દર્દ હતું, તારા આંસુ મારાથી સહન નથી થતા.

બરખુર્દાર, હિમ્મતથી શિક્ષણ પ્રાપ્ત કરજે અને સ્વાસ્થ્યનું ધ્યાન રાખજે. હિંમત રાખજે બીજું શું કહું!

ઉસે યહ ફિક્ર હૈ હરદમ નયા તર્જે-જફા ક્યા હૈ,
હમે યહ શૌક હૈ દેખેં સિતમ કી ઈન્તહા ક્યા હૈ।
દહર સે ક્યોં ખના રહેં, ચર્ખ કા ક્યોં ગિલા કરેં,
સારા જહાં અદૂ સહી, આઓ મુકાબલા કરે।
કોઈ દમ કા મેહમાં હૂં એ અહલે-મહફિલ,
ચરાગે-સહ હૂં બુઝા ચાહતા હૂં।
હવા મેં રહેગી મેરે ખ્યાલ કી બિજલી,
યે મુશ્તે-ખાક હૈ ફાની, રહે રહે ન રહે।

સારું રુખસત (આજ્ઞા). ખુશ રહો અહલે વતન; અમે તો સફર કરીએ છીએ. હિંમતથી રહેજો. નમસ્તે.

તારો ભાઈ,
ભગતસિંહ

★

કુલબીરના નામે અંતિમ પત્ર
(માર્ચ, ૧૯૩૧)

સેન્ટ્રલ જેલ, લાહોર
૩ માર્ચ, ૧૯૩૧

પ્રિય કુલબીરસિંહ,

તેં મારા માટે ઘણું બધું કર્યું. મુલાકાતના સમયે પત્રના જવાબમાં કંઈક લખી આપવા માટે કહ્યું. કેટલાક અલ્ફાજ (શબ્દ) લખી દઉં, બસ- જુઓ, મેં કોઈ માટે કશું ના કર્યું, તારા માટે પણ કશું નહીં. આજકાલ બિલકુલ મુસીબતમાં છોડીને જઈ રહ્યો છું. તારી જિંદગીનું શું થશે? ગુજારો કેવી રીતે કરીશ? આ જ બધુ વિચારીને ધ્રૂજી ઊઠું છું, પરંતુ ભાઈ હિંમત રાખજે, મુસીબતમાં પણ ક્યારેય ગભરાતો નહીં. એના સિવાય બીજું શું કહી શકું છું. અમેરિકા જઈ શકતા તો ખૂબ સારું હોત, પરંતુ હવે એ પણ અશક્ય લાગે છે. ધીમે-ધીમે મહેનતથી ભણતો જજે. જો કોઈ કામ શીખી શકે તો સારું થશે, પરંતુ બધુ જ પિતાજીની સલાહથી કરજે. જ્યાં સુધી બની શકે, પ્રેમથી બધા લોકો ગુજારો કરજો. એના સિવાય શું કહું?

જાણું છું કે, આજે તારા દિલની અંદર દુઃખનો સમુદ્ર ઉછળી રહ્યો છે. ભાઈ તારી વાત વિચારીને મારી આઁખોમાંથી આંસુ આવી રહ્યા છે, પરંતુ શું કરવામાં આવે, હિંમત રાખજે. મારા અજીજ, મારા ખૂબ-ખૂબ વ્હાલા ભાઈ, જિંદગી ખૂબ સખત છે અને દુનિયા ખૂબ બે-મુરવ્વત (અમાનુષિક). બધા લોકો ખૂબ નિર્દયી છે. માત્ર પ્રેમ અને હિંમતથી જ ગુજારો થઈ શકશે. કુલતારની તાલીમની ચિંતા પણ તું જ કરજે. ખૂબ શરમ આવે છે અને અફસોસ સિવાય હું કરી જ શું શકું છું. સાથેવાળો પત્ર હિન્દીમાં લખેલો છે. પત્ર ‘કે’કી બહેનને આપી દેજે. સારું નમસ્કાર, અજીજ ભાઈ અલવિદા... રુખસત.

તારો ખૈર-અંદેશ
ભગતસિંહ

★

શહાદતથી પહેલા સાથીઓને અંતિમ પત્ર

(માર્ચ, ૧૯૩૧)

૨૨ માર્ચ, ૧૯૩૧

સાથીઓ,

સ્વાભાવિક છે કે જીવવાની ઈચ્છા મારામાં પણ હોવી જોઈએ, હું એને છુપાવવા નથી ઈચ્છતો. પરંતુ એક શરત પર જીવિત રહી શકું છું કે હું કેદ થઈને કે પાબંદ થઈને જીવવા નથી ઈચ્છતો. મારું નામ હિન્દુસ્તાની ક્રાંતિનું પ્રતીક બની ચુક્યું છે અને ક્રાંતિકારી દળના આદર્શો અને બલિદાનોએ મને ખૂબ ઊંચો ઊઠાવી દીધો છે- એટલો ઊંચો કે જીવિત રહેવાની સ્થિતિમાં એનાથી ઊંચો હું બિલકુલ નથી હોઈ શકતો.

આજે મારી કમજોરીઓ જનતાની સામે નથી. જો હું ફાંસીથી બચી ગયો તો તે જાહેર થઈ જશે અને ક્રાંતિનું પ્રતીક ચિહ્ન મદ્ધિમ પડી જશે અથવા સંભવતઃ સમાપ્ત થઈ જાય, પરંતુ દિલેરાના ઢંગથી હસતાં-હસતાં મારું ફાંસી ચઢવાની સૂરતમાં હિન્દુસ્તાની માતાઓ પોતાના બાળકોને ભગતસિંહ બનવાની આરજૂ કર્યા કરશે અને દેશની આઝાદી માટે બલિદાન આપનારાઓની સંખ્યા એટલી વધી જશે કે, ક્રાંતિને રોકવી સામ્રાજ્યવાદ કે તમામ શેતાની શક્તિઓના બળની વાત નહીં રહે.

હા, એક વિચાર આજે પણ મારા મનમાં આવે છે કે, દેશ અને માનવતા માટે જે કંઈ કરવાની ઈચ્છા મારા દિલમાં હતી, એમનો હજારમો ભાગ પણ પૂરો નથી કરી શક્યો. જો સ્વતંત્ર, જીવતો રહી શકતો ત્યારે કદાચ એમને પૂરી કરવાનો અવસર મળતો અને હું પોતાની ઈચ્છાઓ પૂરી કરી શકતો. એના સિવાય મારા મનમાં ક્યારેય કોઈ લાલચ ફાંસીથી બચી રહેવાની નથી આવી. મારાથી વધારે ભાગ્યશાળી કોણ હશે? આજકાલ મને સ્વયં પર ખૂબ ગર્વ છે. હવેતો ખૂબ બેતાબીથી અંતિમ પરીક્ષાની રાહ જોઉં છું. કામના છે કે, આ વધારે નજીક થઈ જાય.

તમારો સાથી

ભગતસિંહ

★

અમને ગોળીથી ઉડાવવામાં આવે

(માર્ચ, ૧૯૩૧)

પ્રતિ, ગવર્નર પંજાબ,
શિમલા

મહોદય,

ઉચિત સન્માનની સાથે અમે નીચે લખેલી વાતો તમારી સેવામાં રાખી રહ્યા છીએ-

ભારતની બ્રિટિશ સરકારના સર્વોચ્ચ અધિકારી વાયસરૉયે એક વિશેષ અધ્યાદેશ જારી કરીને લાહોર ષડ્યંત્ર અભિયોગની સુનાવણી માટે એક વિશેષ ન્યાયધિકરણ (ટ્રિબ્યૂનલ) સ્થાપિત કર્યું હતું, જેણે ૭ ઑક્ટોબર, ૧૯૩૦એ અમને ફાંસીનો દંડ સંભળાવ્યો. અમારી વિરુદ્ધ સૌથી મોટો આરોપ એ લગાવવામાં આવ્યો કે, અમે સમ્રાટ જૉર્જ પંચમની વિરુદ્ધ યુદ્ધ કર્યું છે.

ન્યાયાલયના આ નિર્ણયથી બે વાતો સ્પષ્ટ થઈ જાય છે-

પહેલી એ કે, અંગ્રેજ જાતિ અને ભારતીય જનતાની વચ્ચે એક યુદ્ધ ચાલી રહ્યું છે. બીજી એ છે કે, અમે નિશ્ચિત રૂપથી આ યુદ્ધમાં ભાગ લીધો છે આથી અમે યુદ્ધબંદી છીએ.

જો કે, એમની વ્યાખ્યામાં ઘણી સીમા સુધી અતિશયોક્તિથી કામ લેવામાં આવ્યું છે, તથાપિ અમે એ કહ્યા વગર નથી રહી શકતા કે, એવું કરીને એમને સન્માનિત કરવામાં આવ્યા છે. પહેલી વાતના સંબંધમાં અમે સહેજ વિસ્તારથી પ્રકાશ ફેંકવા ઇચ્છીએ છીએ. અમે નથી સમજતા કે, પ્રત્યક્ષ રૂપમાં એવી કોઈ લડાઈ છેડાયેલી છે. અમે નથી જાણતા કે યુદ્ધ છેડાવાથી ન્યાયાલયનો આશય શું છે? પરંતુ અમે આ વ્યાખ્યાને સ્વીકાર કરીએ છીએ અને સાથે જ એને એના ઠીક સંદર્ભમાં સમજાવવા ઇચ્છીએ છીએ.

યુદ્ધની સ્થિતિ

અમે એ કહેવા ઇચ્છીએ છીએ કે, યુદ્ધ છેડાયેલું છે અને આ લડાઈ ત્યાં સુધી ચાલતી રહેશે, જ્યાં સુધી કે શક્તિશાળી વ્યક્તિઓએ ભારતીય જનતા અને

શ્રમિકોની આવકના સાધનો પર પોતાનો એકાધિકાર કરીને રાખ્યો છે- ભલે એવા વ્યક્તિ અંગ્રેજ પૂંજીપતિ અને અંગ્રેજ કે સર્વથા ભારતીય જ હોય, એમણે આપસમાં મળીને એક લૂંટ જારી કરીને રાખી છે. ભલે શુદ્ધ ભારતીય પૂંજીપતિઓના દ્વારા જ નિર્ધનોનું લોહી ચૂસવામાં આવી રહ્યું હોય, તો પણ આ સ્થિતિમાં કોઈ અંતર નથી પડતું. જો તમારી સરકાર કેટલાક નેતાઓ કે ભારતીય સમાજના મુખીઓ પર પ્રભાવ જમાવવામાં સફળ થઈ જાય, કેટલીક સુવિધાઓ મળી જાય, અથવા સમાધાન થઈ જાય, એનાથી પણ સ્થિતિ નથી બદલાઈ શકતી, તથા જનતા પર એનો પ્રભાવ ખૂબ ઓછો પડે છે. અમને એ વાતની પણ ચિંતા નથી કે, યુવકોને એકવાર ફરી દગો આપવામાં આવ્યો છે અને એ વાતનો પણ ભય નથી કે, અમારા રાજનીતિક નેતા પથ-ભ્રષ્ટ થઈ ગયા છે અને તેઓ સમાધાનની વાતચીતમાંઆ નિરપરાધ, બેઘર અને નિરાશ્રિત બલિદાનીઓને ભૂલી ગયા છે, જેમને દુર્ભાગ્યથી ક્રાંતિકારી પાર્ટીના સદસ્ય સમજવામાં આવે છે. અમારા રાજનીતિક નેતા એમને પોતાના શત્રુ માને છે, કેમ કે એમના વિચારમાં તેઓ હિંસામાં વિશ્વાસ રાખે છે, અમારી વીરાંગનાઓએ પોતાનું બધું જ બલિદાન કરી દીધું છે. એમણે પોતાના પતિઓને બલિવેદી પર ભેટ કર્યા, ભાઈ ભેટ કર્યા અને જે કંઈ એમની પાસે હતું બધું ન્યોછાવર કરી દીધું. એમણે ખુદને પણ ન્યોછાવર કરી દીધા, પરંતુ તમારી સરકાર એમને વિદ્રોહી સમજે છે. તમારા ઍજેન્ટ ભલે જ જૂઠી વાર્તાઓ બનાવીને એમને બદનામ કરી દે અને પાર્ટીની પ્રસિદ્ધિને નુકસાન પહોંચાડવાનો પ્રયાસ કરે, પરંતુ આ યુદ્ધ ચાલતું રહેશે.

યુદ્ધના વિભિન્ન સ્વરૂપ

બની શકે છે કે, આ લડાઈ ભિન્ન-ભિન્ન દશાઓમાં ભિન્ન-ભિન્ન સ્વરૂપ ગ્રહણ કરે. કોઈ સમયે આ લડાઈ પ્રગટ રૂપ લઈ લે, ક્યારેક ગુપ્ત દશામાં ચાલતી રહે, ક્યારેક ભયાનક રૂપ ધારણ કરી લે, ક્યારેક ખેડૂતના સ્તર પર યુદ્ધ જારી રહે અને ક્યારેક આ ઘટના એટલી ભયાનક થઈ જાય કે, જીવન અને મૃત્યુની બાજી લાગી જાય. ભલે કોઈપણ પરિસ્થિતિ હોય, એનો પ્રભાવ તમારા પર પડશે. આ તમારી ઇચ્છા છે કે, તમે જે ઇચ્છો એ પરિસ્થિતિને પસંદ કરી લો, પરંતુ આ લડાઈ જારી રહેશે. એમાં નાની-નાની વાતો પર ધ્યાન નહીં આપવામાં આવે. વધારે સંભવ છે કે, આ યુદ્ધ ભયંકર સ્વરૂપ ગ્રહણ કરી લે, પણ નિશ્ચય જ આ એ સમય સુધી સમાપ્ત નહીં થાય, જ્યાં સુધી સમાજનું વર્તમાન માળખું સમાપ્ત નથી થઈ જતું, પ્રત્યેક વસ્તુમાં પરિવર્તન કે ક્રાંતિ સમાપ્ત નથી થઈ જતી અને માનવી સૃષ્ટિમાં એક નવીન યુગનો સૂત્રપાત નથી થઈ જતો.

અંતિમ યુદ્ધ

નજીકના ભવિષ્યમાં અંતિમ યુદ્ધ લડવામાં આવશે અને આ યુદ્ધ નિર્ણાયક હશે. સામ્રાજ્યવાદ તેમજ પૂંજીવાદ થોડા દિવસોના મહેમાન છે. આ જ એ લડાઈ છે, જેમાં અમે પ્રત્યક્ષ રૂપથી ભાગ લીધો છે અને અમે પોતાના પર ગર્વ કરીએ છીએ કે, આ યુદ્ધને ના તો અમે પ્રારંભ જ કર્યું છે અને ના આ અમારા જીવનની સાથે સમાપ્ત જ થશે. અમારી સેવાઓ ઈતિહાસના એ અધ્યાયમાં લખવામાં આવશે, જેને યતીન્દ્રનાથ દાસ અને ભગવતીચરણના બલિદાનોએ વિશેષરૂપમાં પ્રકાશમાન કરી દીધા છે. એમના બલિદાન મહાન છે. જ્યાં સુધી અમારા ભાગ્યનો સંબંધ છે, અમે જોરદાર શબ્દોમાં તમને એ કહેવા ઈચ્છીએ છીએ કે, તમે અમને ફાંસી પર લટકાવવાનો નિર્ણય કરી લીધો છે. તમે એવું કરશો જ, તમારા હાથોમાં શક્તિ છે અને તમને અધિકાર પણ પ્રાપ્ત છે, પરંતુ આ પ્રકારે તમે જેની લાકડી એની ભેંસવાળો સિદ્ધાંત જ અપનાવી રહ્યા છો અને તમે એના પર કટિબદ્ધ છો. અમારા અભિયોગની સુનાવણી એ વાતને સિદ્ધ કરવા માટે પર્યાપ્ત છે કે, અમે ક્યારેય કોઈ પ્રાર્થના નથી કરી અને અત્યારે પણ અમે તમારાથી કોઈ પ્રકારી દયાની પ્રાર્થના નથી કરતા. અમે તમારાથી માત્ર એ પ્રાર્થન કરવા ઈચ્છીએ છીએ કે, તમારી સરકારના જ એક ન્યાયાલયના નિર્ણય અનુસાર અમારા વિરુદ્ધ યુદ્ધ જારી રાખવાનો અભિયોગ છે. આ સ્થિતિમાં અમે યુદ્ધબંદી છીએ, આથી આ આધાર પર અમે તમારી પાસે માંગ કરીએ છીએ કે, અમારા પ્રતિ યુદ્ધબંદીઓ જેવો જ વ્યવહાર કરવામાં આવે અને અમને ફાંસી આપવાના બદલે ગોળીથી ઉડાવી દેવામાં આવે.

હવે એ સિદ્ધ કરવાનું તમારું કામ છે કે, તમને એ નિર્ણયમાં વિશ્વાસ છે, જે તમારી સરકારના ન્યાયાલયે કર્યો છે. તમે પોતાના કાર્ય દ્વારા આ વાતનું પ્રમાણ આપો. અમે વિનયપૂર્વક તમારાથી પ્રાર્થના કરીએ છીએ કે, તમે તમારા સેના-વિભાગને આદેશ આપી દો કે, અમને ગોળીથી ઉડાવવા માટે એક સૈનિક ટોળી મોકલી દેવામાં આવે.

ભવદીય,

ભગતસિંહ, રાજગુરુ, સુખદેવ

★

કોમના નામે સંદેશ

(માર્ચ, ૧૯૩૧)

'કોમના નામે સંદેશ'ના રૂપમાં પ્રસિદ્ધ અને 'નવયુવક રાજનીતિક કાર્યકર્તાઓના નામે પત્ર' શીર્ષકની સાથે મળેલા આ દસ્તાવેજના કેટલાય પ્રારૂપ અને હિન્દી અનુવાદ ઉપલબ્ધ છે, આ ગુજરાતીમાં એક સંક્ષિપ્ત રૂપ છે. લાહોરના પીપુલ્સમાં ૨૯ જુલાઈ, ૧૯૩૧ અને ઈલાહાબાદના અભ્યુદયમાં ૮ મે, ૧૯૩૧ના અંકમાં એના કેટલાક અંશ પ્રકાશિત થયા હતા. આ દસ્તાવેજ અંગ્રેજ સરકારની એક ગુપ્ત પુસ્તક 'બંગાળમાં સંયુક્ત મોર્ચા આંદોલનની પ્રગતિ પર નોટ'માંથી પ્રાપ્ત થયો, જેના લેખક સી.આઈ.ડી. અધિકારી સી.ઈ.એસ. ફેયરવેદર હતા અને જે એમણે ૧૯૩૬માં લકી હતી. એના અનુસાર આ લેખ ભગતસિંહે લખ્યો હતો અને ૩ ઑક્ટોબર, ૧૯૩૧એ શ્રીમતી વિમલા પ્રભાદેવીના ઘરમાં સર્ચ દરમિયાન પ્રાપ્ત થયો હતો. સંભવતઃ ૨ ફેબ્રુઆરી, ૧૯૩૧એ આ દસ્તાવેજ લખવામાં આવ્યો.

નવયુવક રાજનીતિક કાર્યકર્તાઓના નામે પત્ર

પ્રિય સાથીઓ,

આ સમયે આપણું આંદોલન અત્યંત મહત્ત્વપૂર્ણ પરિસ્થિતિઓમાંથી પસાર થઈ રહ્યું છે. એક વર્ષના કઠોર સંગ્રામ પછી ગોલમેજ કૉન્ફરન્સે આપણી સામે શાસન-વિધાનમાં પરિવર્તનના સંબંધમાં કેટલીક નિશ્ચિત વાતો રજૂ કરી છે અને કૉંગ્રેસના નેતાઓને નિમંત્રણ આપ્યું છે કે, તેઓ આવીને શાસન-વિધાન તૈયાર કરવાના કામોમાં મદદ કરે. કૉંગ્રેસના નેતા આ સ્થિતિમાં આંદોલનને સ્થગિત કરી દેવા માટે તૈયાર દેખાય છે. એ લોકો આંદોલન સ્થગિત કરવાના હકમાં નિર્ણય લેશે કે વિરુદ્ધ, એ વાત આપણા માટે વધારે મહત્ત્વ નથી રાખતી. એ વાત નિશ્ચિત છે કે, વર્તમાન આંદોલનનો અંત કોઈને કોઈ પ્રકારના સમાધાનના રૂપમાં હોવો વ્યાજબી છે. એ બીજી વાત છે કે, સમધાન જલ્દી થઈ જાય કે એમાં વાર લાગે છે.

વસ્તુતઃ સમાધાન કોઈ ઘૃણા કે નિંદા યોગ્ય વસ્તુ નથી, જેમ કે સાધારણતઃ આપણે લોકો સમજીએ છીએ, બલ્કે સમાધાન રાજનૈતિક સંગ્રામોનું એક અત્યાવશ્યક અંગ છે. કોઈ પણ કોમ, જે કોઈ અત્યાચારી શાસની વિરુદ્ધ ઊભી હોય છે, જરૂરી છે કે તે પ્રારંભમાં અસફળ થાય પરંતુ પોતાના લાંબા સંઘર્ષના મધ્યકાળમાં આ પ્રકારના સમાધાનના માધ્યમથી કેટલાક રાજનૈતિક સુધાર પ્રાપ્ત કરતી જાય, પરંતુ તે પોતાની લડાઈની અંતિમ મંજિલ સુધી પહોંચતાં-પહોંચતાં પોતાની તાકાતોને એટલી દૃઢ અને સંગઠિત કરી લે છે અને એનો દુશ્મન પર અંતિમ હુમલો એવો જોરદાર હોય છે કે, શાસક લોકોની તાકાતો એ સમય સુધી પણ એ ઇચ્છે છે કે, એને દુશ્મનની સાથે કોઈ સમાધાન કરી લેવું પડે. આ વાત રૂસના ઉદાહરણથી સારી રીતે સ્પષ્ટ કરી શકાય છે.

૧૯૦૫માં રૂસમાં ક્રાન્તિની લહેર ઉઠી. ક્રાન્તિકારી નેતાઓને ખૂબ મોટી આશાઓ હતી, લેનિન એ સમયે વિદેશથી પરત આવ્યા હતા, જ્યાં તે પહેલા ચાલ્યા ગયા હતા. તેઓ આખા આંદોલનને ચલાવી રહ્યા હતા. લોકોએ કોઈ ડઝનભર ભૂસ્વામીઓને મારી નાખ્યા અને કેટલાક મકાનોને સળગાવી નાખ્યા, પરંતુ તે ક્રાન્તિ સફળ ના થઈ. એનું એટલું પરિણામ અવશ્ય થયું કે, સરકાર કેટલાક સુધાર કરવા માટે બાધ્ય થઈ અને ડ્યૂમા (પાર્લામેન્ટ)ની રચના કરવામાં આવી. એ સમયે લેનિને ડ્યૂમામાં જવાનું સમર્થન કર્યું, પરંતુ ૧૯૦૬માં એનો જ એમણે વિરોધ શરૂ કરી દીધો અને ૧૯૦૭માં એમણે બીજી ડ્યૂમામાં જવાનું સમર્થનકર્યું, જેના અધિકાર ખૂબ ઓછા કરી દેવામાં આવ્યા હતા. એનું કારણ હતું કે, તે ડ્યૂમાને પોતાના આંદોલનનો એક મંચ (પ્લેટફૉર્મ) બનાવવા ઇચ્છતા હતા.

એ જ પ્રકારે ૧૯૧૭ પછી જ્યારે જર્મનીની સાથે રૂસની સન્ધિનો પ્રશ્ન ચાલ્યો, તો લેનિન સિવાય બાકી બધા લોકો એ સન્ધિની વિરુદ્ધ હતા, પરંતુ લેનિને કહ્યું, ''શાન્તિ, શાન્તિ અને ફરી શાન્તિ - કોઈપણ કિંમત પર થાય, શાન્તિ. ત્યાં સુધી કે જો આપણે રૂસના કેટલાક પ્રાન્ત પણ જર્મનીના 'વારલાર્ડ'ને સોંપી દેવા પડે, તો પણ શાન્તિ પ્રાપ્ત કરી લેવી જોઈએ.'' જ્યારે કેટલાક બોલ્શેવિક નેતાઓએ પણ એમની આ નીતિનો વિરોધ કર્યો, તો એમણે સ્પષ્ટ કહ્યું કે, ''આ સમયે બોલ્શેવિક સરકારને મજબૂત કરવાની છે.''

જે વાતને હું બતાવવા ઇચ્છું છું તે એ છે કે, સમાધાન પણ એક એવું હથિયાર છે, જેને રાજનૈતિક સંઘર્ષની વચ્ચે પગ-પગ પર ઉપયોગ કરવો જરૂરી થઈ જાય છે, જેનાથી એક કઠિન લડાઈથી થાકેલી કોમને થોડીવાર માટે આરામ મળી શકે અને તે આગળ યુદ્ધ માટે વધારે તાકાતની સાથે તૈયાર થઈ શકે. પરંતુ આ બધા સમાધાનો છતાં જે વસ્તુને આપણે ભૂલવી ના જોઈએ, તે આપણો આદર્શ છે, જે હંમેશાં આપણી સામે રહેવો જોઈએ. જે લક્ષ્ય માટે આપણે લડી રહ્યા છીએ,

એના સંબંધમાં આપણા વિચાર બિલકુલ સ્પષ્ટ અને દઢ હોવા જોઈએ. જો તમે સોળ આના માટે લડી રહ્યા છો અને એક આનો મળી જાય છે, તો તે એક આનો ખિસ્સામાં નાખીને બાકી પંદર આના માટે ફરી જંગ છેડી દો. હિન્દુસ્તાનના માડરેટોંની જે વાતથી અમને નફરત છે તે એ જ છે કે, કે એમનો આદર્શ કશું નથી. તેઓ એક આના માટે જ લડે છે અને એમને મળતું કશું નથી.

ભારતની વર્તમાન લડાઈ મોટાભાગે મધ્યમ વર્ગના લોકોના બળ પર લડવામાં આવી રહી છે, જેનું લક્ષ્ય ખૂબ સીમિત છે. કૉંગ્રેસ દુકાનદારો અને પૂંજીપતિઓના માધ્યમથી ઇંગ્લેન્ડ પર આર્થિક દબાવ નાખીને થોડા અધિકાર લઈ લેવા ઇચ્છે છે, પરંતુ જ્યાં સુધી દેશની કરોડો શ્રમિક અને ખેડૂત જનતાનો સંબંધ છે, એમનો ઉદ્ધાર આટલાથી નથી થઈ શકતો. જો દેશની લડાઈ લડવી હોય, તો શ્રમિકો, ખેડૂતો અને સામાન્ય જનતાને આગળ લાવવી પડશે, એમને લડાઈ માટે સંગઠિત કરવા પડશે. નેતા એમને આગળ લાવવા માટે હજુ સુધી કશું નથી કરતા, ના તો કશું કરી શકે છે. આ ખેડૂતોને વિદેશી શાસનની સાથે-સાથે ભૂમિપતિઓ અને પૂંજીપતિઓના જુગારથી પણ ઉદ્ધાર મેળવવાનો છે, પરંતુ કૉંગ્રેસનો ઉદ્દેશ્ય આ નથી.

આથી હું કહું છું કે, કૉંગ્રેસના લોકો સંપૂર્ણ ક્રાન્તિ નથી ઇચ્છતા. સરકાર પર આર્થિક દબાવ નાખીને તેઓ કેટલાક સુધાર વધારે લેવા ઇચ્છે છે. ભારતના ધની વર્ગ માટે કેટલીક વધારે છુટછાટો ઇચ્છે છે અને આથી હું એ પણ કહું છું કે, કૉંગ્રેસનું આંદોલન કોઈને કોઈ સમાધાન કે અસફળતામાં સમાપ્ત થઈ જશે. આ સ્થિતિમાં નૌજવાનોએ સમજી લેવું જોઈએ કે, એમના માટે સમય વધારે કઠિન આવી રહ્યો છે. એમણે સતર્ક થઈ જવું જોઈએ કે, ક્યાંક એમની બુદ્ધિ ચકરાઈ ના જાય અથવા તેઓ હતાશ ના થઈ બેસે. મહાત્મા ગાંધીની બે લડાઈઓના અનુભવ પ્રાપ્ત કરી લીધા પછી વર્તમાન પરિસ્થિતિઓ અને પોતાના ભવિષ્યના પ્રોગ્રામના સંબંધમાં સાફ-સાફ નીતિ નિર્ધારિત કરવી આપણા માટે સૌથી વધારે જરૂરી થઈ ગયું છે.

આટલો વિચાર કરી ચુક્યા પછી હું પોતાની વાત અત્યંત સાદા શબ્દોમાં કહેવા ઇચ્છું છું. તમે લોકો ઇંકલાબ-ઝિંદાબાદ (long live revoulution)નો નારો લગાવો છો. આ નારો આપણા માટે ખૂબ પવિત્ર છે અને એનો ઉપયોગ આપણે ખૂબ જ સમજી-વિચારીને કરવો જોઈએ. જ્યારે તમે નારો લગાવો છો, તો હું સમજું છું કે, તમે લોકો વસ્તુતઃ જે પોકારો છો એ જ કરવા ઇચ્છો છો. ઍસેમ્બલી બૉમ્બ કેસના સમયે અમે ક્રાન્તિ શબ્દનીઆ વ્યાખ્યા કરી હતી- ક્રાન્તિથી અમારો અભિપ્રાય સમાજની વર્તમાન પ્રણાલી અને વર્તમાન સંગઠનને પૂરી રીતે ઉખાડી ફેંકવાનો છે. આ ઉદ્દેશ્ય માટે અમે પહેલા સરકારની તાકાતને પોતાના હાથમાં લેવા ઇચ્છીએ છીએ. આ સમયે શાસનની મશીન અમીરોના હાથમાં છે. સામાન્ય જનતાના

હિતોની રક્ષા માટે તથા પોતાના આદર્શોને ક્રિયાત્મક રૂપ આપવા માટે- અર્થાત્ સમાજનું નવેસરથી સંગઠન કાર્લ માર્ક્સના સિદ્ધાંતો અનુસાર કરવા માટે અમે સરકારની મશીનને પોતાના હાથમાં લેવા ઇચ્છીએ છીએ. અમે આ ઉદ્દેશ્ય માટે લડી રહ્યા છીએ, પરંતુ એના માટે સાધારણ જનતાને શિક્ષિત કરવી જોઈએ.

જે લોકોની સામે આ મહાન ક્રાન્તિનું લક્ષ્ય છે, એમના માટે નવા શાસન-સુધારાઓની કસોટી શું હોવી જોઈએ? અમારા માટે નિમ્નલિખિત ત્રણ વાતો પર ધ્યાન રાખવું કોઈપણ શાસન-વિધાનની પરખ માટે જરૂરી છે - શાસનની જવાબદારી ક્યાં સુધી ભારતીયોને સોંપવામાં આવે છે.

શાસન-વિધાનને ચલાવવા માટે કયા પ્રકારની સરકાર બનાવવામાં આવે છે અને એમાં હિસ્સો લેવાની તક સામાન્ય જનતાને ક્યાં સુધી મળે છે?

ભવિષ્યમાં એનાથી શું આશાઓ કરી શકાય છે? એના પર ક્યાં સુધી પ્રતિબંધ લગાવવામાં આવે છે? સર્વ સાધારણને વોટ આપવાનો હક આપવામાં આવે છે કે નહીં?

ભારતની પાર્લામેન્ટનું શું સ્વરૂપ હોય, એ પ્રશ્ન પણ મહત્ત્વપૂર્ણ છે. ભારત સરકારની કાઉન્સિલ ઑફ સ્ટેટ માત્રઅમીરોનો જમઘટ છે અને લોકોને ફસાવવાનું એક પિંજરું છે, આથી એને હટાવીને એક જ સભા, જેમાં જનતાના પ્રતિનિધિ હોય, રાખવી જોઈએ. પ્રાંતીય સ્વરાજ્યનો જે નિશ્ચય ગોલમેજ કૉન્ફરન્સમાં થયો, એના સંબંધમાં મારો અભિપ્રાય છે કે, જે પ્રકારે લોકોને બધી તાકાતો આપવામાં આવી રહી છે, એનાથી તો આ 'પ્રાંતીય સ્વરાજ્ય' ના થઈને 'પ્રાન્તીય જુલ્મ' થઈ જશે.

આ બધી અવસ્થાઓ પર વિચાર કરીને આપણે એ પરિણામ પર પહોંચીએ છીએ કે, સૌથી પહેલા આપણે બધી અવસ્થાઓનું ચિત્ર સાફ રીતે પોતાની સામે અંકિત કરી લેવું જોઈએ. જો કે, અમે માનીએ છીએ કે, સમાધાનનો અર્થ ક્યારેય પણ આત્મસમર્પણ કે પરાજય સ્વીકાર કરવાનો નથી, પરંતુ એક પગલું આગળ અને પછી થોડો આરામ છે, પરંતુ આપણે સાથે એ પણ સમજી લેવું કે, સમાધાન એનાથી વધારે બીજું કશું પણ નથી. તે અંતિમ લક્ષ્ય અને આપણા માટે અંતિમ વિશ્રામનું સ્થાન નથી.

આપણા દળનું અંતિમ લક્ષ્ય શું છે અને એના સાધન શું છે - એ પણ વિચારણીય છે. દળનું નામ 'સોશલિસ્ટ રિપબ્લિકન પાર્ટી' છે અને આથી એનું લક્ષ્ય એક સોશલિસ્ટ સમાજની સ્થાપના છે. કૉંગ્રેસ અને આ દળના લક્ષ્યમાં આ જ ભેદ છે કે, રાજનૈતિક ક્રાન્તિથી શાસન-શક્તિ અંગ્રેજોના હાથમાંથી નીકળીને હિન્દુસ્તાનીઓના હાથમાં આવી જશે. આપણું લક્ષ્ય શાસન-શક્તિને એ હાથોમાં સુપુર્દ કરવાની છે, જેમનું લક્ષ્ય સમાજવાદ હોય. એના માટે શ્રમિકો અને ખેડૂતોને સંગઠિત કરવા જરૂરી હશે, કેમ કે એ લોકો

માટે લૉર્ડ રીડિંગ કે ઇરવિનની જગ્યાએ તેજબહાદુર કે પુરુષોત્તમ દાસ ઠાકુર દાસના આવી જવાથી કોઈ ભારે ફરક નહીં પડી શકે.

પૂર્ણ સ્વાધીનતાથી પણ આ દળનો આ જ અભિપ્રાય છે. જ્યારે લાહોર કૉંગ્રેસે પૂર્ણ સ્વાધીનતાનો પ્રસ્તાવ પાસ કર્યો, તો અમે લોકો પૂરા દિલથી એને ઇચ્છતા હતા, પરંતુ કૉંગ્રેસના એ જ અધિવેશનમાં મહાત્માજીએ કહ્યું કે, ''સમાધાનનો દરવાજો હજુ ખુલ્લો છે.'' એનો અર્થ એ હતો કે, તે પહેલાં જ જાણતા હતા કે, એમની લડાઈનો અંત આ જ પ્રકારના કોઈ સમાધાનમાં થશે અને તેઓ પૂરા દિલથી સ્વાધીનતાની ઘોષણા કરી રહ્યા ન હતા. અમે લોકો આ બેદિલીની ઘૃણા કરીએ છીએ.

આ ઉદ્દેશ્ય માટે નૌજવાનોએ કાર્યકર્તા બનીને મેદામાં નીકળવું જોઈએ, નેતા બનવાવાળા તો પહેલા જ ઘણા છે. અમારા દળને નેતાઓની જરૂર નથી. જો તમે દુનિયાદાર છો, બાળકો અને ગૃહસ્થીમાં ફસાયા છો, તો અમારા માર્ગ પર ના આવશો. તમે અમારા ઉદ્દેશ્યથી સહાનુભૂતિ રાખો છો, તો અન્ય રીતોથી અમને સહાયતા કરો. સખ્ત નિયંત્રણમાં રહી શકનારા કાર્યકર્તા જ આ આંદોલનને આગળ લઈ જઈ શકે છે. જરૂરી નથી કે દળ આ ઉદ્દેશ્ય માટે છુપાઈને જ કામ કરે. આપણે યુવકો માટે સ્વાધ્યાય-મંડળ (study circle) ખોલવા જોઈએ. પેમ્ફલેટો અને લીફલેટો, નાની પુસ્તકો, નાના-નાના પુસ્તકાલયો અને લેક્ચરો વાતચીત વગેરેથી આપણે પોતાના વિચારોનો સર્વત્ર પ્રચાર કરવો જોઈએ.

આપણા દળનો સૈનિક વિભાગ પણ સંગઠિત હોવો જોઈએ. ક્યારેક-ક્યારેક એની વધારે જરૂર પડી જાય છે. આ સંબંધમાં હું પોતાની સ્થિતિ બિલકુલ સાફ કરી દેવા ઇચ્છું છું. હું જે કહેવા ઇચ્છું છું, એમાં ગેરસમજની સંભાવના છે, પણ તમે લોકો મારા શબ્દો અને વાક્યોનો કોઈ ગૂઢ અભિપ્રાય ના ઘડશો.

એ વાત પ્રસિદ્ધ જ છે કે, હું આતંકવાદી (terrorist) રહ્યો છું, પરંતુ હું આતંકવાદી નથી. હું એક ક્રાન્તિકારી છું, જેના કેટલાક નિશ્ચિત વિચાર અને નિશ્ચિત આદર્શ છે અને જેની સામે એક લાંબો કાર્યક્રમ છે. મને એ દોષ આપવામાં આવશે, જેમ કે લોકો રામપ્રસાદ 'બિસ્મિલ'ને આપતા હતા કે ફાંસીની કાલકોઠરીમાં પડ્યા રહેવાથી મારા વિચારોમાં પણ કોઈ પરિવર્તન આવી ગયું છે, પરંતુ એવી વાત નથી. મારા વિચાર હજુ પણ એ જ છે. મારા હૃદયમાં હજુ પણ એટલો જ અને એવો જ ઉત્સાહ છે અને એ જ લક્ષ્ય છે, જે જેલની બહાર હતું. પણ મારો એ દૃઢ વિશ્વાસ છે કે, આપણે બૉમ્બથી કોઈ લાભ પ્રાપ્ત નથી કરી શકતા. આ વાતની જાણ હિન્દુસ્તાન સોશલિસ્ટ રિપબ્લિકન પાર્ટીના ઇતિહાસથી ખૂબ સરળતાથી થઈ જાય છે. માત્ર બૉમ્બ ફેંકવો ના માત્ર વ્યર્થ છે, અપિતુ ઘણી

વાર હાનિકારક પણ છે. એની જરૂર કોઈ ખાસ અવસ્થાઓમાં જ પડે છે. આપણું મુખ્ય લક્ષ્ય શ્રમિકો અને ખેડૂતોનું સંગઠન હોવું જોઈએ. સૈનિક વિભાગ યુદ્ધ-સામગ્રીને કોઈ ખાસ અવસર માટે માત્ર સંગ્રહ કરતો રહે.

જો આપણા નૌજવાન આ જ પ્રકારે પ્રયત્ન કરતા જશે, ત્યારે જઈને એક વર્ષમાં સ્વરાજ્ય તો નહીં, પરંતુ ભારે બલિદાનો અને ત્યાગની કઠિન પરીક્ષામાંથી પસાર થયા પછી તેઓ અવશ્ય જ વિજયી થશે.

ઇંકલાબ-ઝિંદાબાદ !

(૨ ફેબ્રુઆરી, ૧૯૩૧)

★★★